GUN சாமி

புரட்சிகள் வெடிக்கும் இடங்களில் எல்லாம் எழுச்சி அடைபவனே தலைவன் ஆகிறான்

விக்ரம் ஆவுடையப்பன்

notionpress.com

INDIA · SINGAPORE · MALAYSIA

The picture present in book cover was done by JESS.

புகை பிடிப்பது புற்று நோயை உண்டாக்கும் மற்றும் உயிரைக் கொல்லும்.

மது அருந்துதல் உடல் நலத்திற்கு கேடு விளைவிக்கும்.

GUN சாமி

புரட்சிகள் வெடிக்கும் இடங்களில் எல்லாம்

எழுச்சி அடைபவனே தலைவன் ஆகிறான்

உள்ளடக்கம்

1

நான் மொட்ட போட போறேன்

ஓலை அன்னக்கூடையாலும், மாட்டு வண்டி சக்கரத்தாலும், உமிழ் மூட்டைகளாலும், காலி கோணி பைகளாலும், மர பெஞ்சாலும், செடி தொட்டிகளாலும், எதற்கும் உதவாத அவ்வப்போது எலி வந்து தங்க ஒரு ஓட்டை இருக்கும் பழைய ட்ரங்க் பெட்டியாலும், சுவரோரமா டயர் இல்லாத சைக்கிளாலும், சுவற்றில் ஒரு முகக் கண்ணாடியாலும், கயிற்றில் பழைய வேஷ்டி தொங்க, ராம்கி அவர்கள் நடித்து வெளியான கருப்புரோஜா திரைப்படத்தின் சுவரொட்டிகள் ஒரு கட்டு திண்ணையில் இருக்க, வாசற்படியில் அமர்ந்திருந்த முனியசாமி, பசங்களுடன் கோலி விளையாடும் தன் பன்னிரண்டு வயது மகன் ராஜாவை அழைத்தான். முனியசாமி, செல்லையா பாண்டியனின் கையாள். முதலாளியின் தென்னந்தோப்பை பராமரிப்பது, மாடு

மேய்ப்பது, வயலுக்கு தண்ணி பாய்ச்சுவது, மாட்டு வண்டியின் பின்னால் படுத்த மாதிரி ஒரு ட்ரம் வடிவமைத்து தண்ணீர் நிறப்பபட்டிருக்கும், அந்த தண்ணி வண்டியை கையில் இழுத்து கொண்டே சேரன்மகாதேவியில் உள்ள கடைகளுக்கு தண்ணி ஊத்துவது, தண்ணி ஊற்றி வந்த காசை அப்படியே முதலாளியிடம் கொடுப்பது. இது தான் முனியசாமியின் வேலை.

செல்லையா அவர் கைக்கு வந்ததை கொடுப்பார், சில நேரம் அள்ளி கொடுப்பார், சில நேரம் கிள்ளி கொடுப்பார். வாரம் ஒரு நூறு ரூபாய்யாது தேர்த்தி விடுவான், முனியசாமி.

சொல்லுங்கப்பா என்று ராஜா, முனியசாமி அருகில் வந்தான்.

இங்க உக்காரு, இன்னைல இருந்து 21 நாளைக்கு நீ முடி வெட்டக்கூடாது, 21 நாள் கழிச்சு கோவில்ல போய் மொட்ட போடனும் என்று கூறியவாறே கையில் இருந்த சீப்பை எடுத்து தன் மகனுக்கு தலை வாரினான் முனியசாமி.

எந்த கோயில்பா?

சாத்தூர் அம்மன் கோவில்டா.

சரிப்பா, நான் விளையாடப் போறேன் என்று கிளம்பிவிட்டான், ராஜா.

டேய் சாப்புப் போடா என்றால் அம்மா காமாட்சி, அடுப்படியில் இருந்து. அம்மாவின் குரலைக் கண்டு கொள்ளாதவாறு அவன் தன் நண்பர்களுடன் கோலி விளையாடச் சென்றான். அடுப்படியில் இருந்து கத்தியது வெளியே எப்படிக் கேட்டது என்று யோசிக்கிறீர்களா?? முனியசாமியின் வீட்டில் ஒரு அறை தான் இருக்கும். ஒரு முக்கில் அடுப்பும் அதைத் தொடர்ந்து பாத்திரங்கள் அடுக்கப்பட்டு மண்பானையுடன் முடியும் அந்த சுவர். இன்னொரு முனையில், ரேடியோவும் அதனை தொடர்ந்து ஒரு கட்டிலும், கட்டிலைத் தொடர்ந்து ஒரு அலமாரியுடன் முடியும் அந்த சுவர். வீட்டின் வாசலுக்கு எதிராக ஜன்னல் இருக்கும்.

இவனோட இதே வேலையா போச்சு. இந்தாங்க நீங்க சாப்பிடுங்க என்று சுடு சோறையும், சாம்பாரையும் வைத்துவிட்டு அடுப்படிக்குள் சென்று தண்ணிக் கொண்டு வந்து வைத்தாள், காமாட்சி.

ஆமா என்ன வேண்டுதல் திடீர்னு? என்று கேட்டாள் காமாட்சி.

திடீர்னு எல்லாம் இல்லடி போன வெருஷமே வேண்டுனது.

எதுக்கு கிணத்துக்குள்ள விழுந்தானே அதுக்கு வேண்டுனதா??.

ஆமா, என்று தண்ணி குடித்துக் கொண்டு கண்களை மூடி பழைய நினைவுகளுக்குள் சென்றான், முனியசாமி.

வாயில் தண்ணீர் கொப்பளித்துக்கொண்டே அண்ணாந்து பார்த்தான் தென்னைமரங்களை, பின் வாயில் விரலை விட்டு பல் விளக்கித் துப்பினான். இன்னைக்கு தண்ணி கொஞ்சம் இனிக்குதுடா ராஜா என்றான் முனியசாமி, தன் முதலாளியின் தோட்டத்தில்.

ராஜா தொட்டிக்குள் இறங்கினான்.

இந்தத் தொட்டியை தாண்டி கிணத்து பக்கம் போகாத இந்த தொட்டிக்குள்ளேயே விளையாடு. அப்பா இதோ வாரேன் என்று வாழை தோப்புக்குள் கத்தியுடன் சென்றான்.

ராஜா அந்த தொட்டியில் ஆனந்தமாக குளித்துக் கொண்டிருந்தான். அருகிலே தான் கிணறு. அங்கே ஏராளமான மீன்கள், அவ்வப்போது ஆமைகள் வந்து எட்டிப்பார்க்கும். கிணற்றின் அருகே பெரியவர்களே போக தயங்குவார்கள். முனியசாமியின் முதலாளி தந்தை ராமசாமியும் அதே கிணற்றில் குதித்து உயிரை இழந்தார். நீச்சல் தெரியாதவர்கள் யாரும் உள்ளே விழுந்து உயிருடன் வந்ததாக சரித்திரம் இல்லை.

இவன் தந்தை சொல் கேட்கும் பிள்ளைதான், தொட்டியை விட்டு இறங்காமல்தான் இருந்தான், அந்த சிறு வயதிலும்கூட.

ஒவ்வொரு வாழை மரத்திலும் இலைகளை வெட்டி எடுத்தபின் தொட்டியில் குளித்துக் கொண்டிருக்கும் ராஜாவை ஒவ்வொரு தடவையும் பார்த்துக் கொள்வான் முனியசாமி.

கிணற்றுக்கு அருகில் ஒரு தென்னைமரம் இருந்தது அதிலிருந்து ஒரு இளநீர் கிணற்றின் விளிம்பில் வந்து விழுந்தது.

இளநீர் விழுந்தை பார்த்த ராஜா அந்த இளநீரை எடுக்க ஆசைப்பட்டான். கிணத்துல குளிக்கதானே கூடாது, இது கிணற்றின் அருகில் தானே உள்ளது என்று அதை எடுக்கத் தொட்டியை விட்டு கீழே இறங்கினான். இளநீரை நோக்கி நடந்தான் அருகில் என்ன இருந்ததோ தெரியவில்லை ஒரு நொடியில் கிணற்றில் விழுந்துவிட்டான், அப்பா என்ற கூச்சலுடன்.

அவன் விழுந்த சத்தத்தைக் கேட்டு ராஜா என்று வேகமாக ஓடி வந்தான் முனியசாமி.

ஆத்தா காப்பாத்துத்தா என் பிள்ளைய.... என்று தானும் கிணற்றுக்குள் மூழ்கினான். உள்ளே சென்று பார்த்தான் விழுந்த திசை தெரியாமல் திணறினான்.

பின் மூச்சு விட திணறியதால் மேலே வந்து படியை பிடித்த வாறு மூச்சு இழுத்துப் பிடித்து அம்மன் தாயே எப்படியாவது என் பிள்ளையை காப்பாத்திருத்தா என்று கூச்சலிட்டவாறே திரும்பவும் கிணற்றுக்குள் இறங்கினான்.

முனியசாமி இந்த தடவை தன் மகனின் தலை முடியைப் பிடித்துவிட்டான். பின் தன் பையனை தன்னோடு அனைத்துக் கொண்டு மேலே கொண்டு வந்தான். மயக்க நிலையில் இருந்தான் ராஜா.

வயிற்றை அமுக்கி தண்ணீரை வெளியேற்றியும், காதில் ஊதியும், கைகளில் நல்லா சூடாக தேய்த்தும் பார்த்தான், ராஜா அசையவே இல்லை. எப்படி அசைவான்? எத்தனையோ நபர்களை காவு வாங்கிய கிணறு அல்லவா இது. உள்ளே விழுந்த அனைவரும் இறந்து மிதந்து தான் வெளியே வந்தார்கள். ராஜா ஒருவனே மயக்க நிலையில் மூச்சுப் பேச்சு இல்லாமல் காப்பாற்றப்பட்டு இருக்கிறான்.

ராஜாவை தோளில் தூக்கிக் கொண்டு சைக்கிளை ஓட்டியவாறே சென்றான் முனியசாமி. மெயின் ரோட்டில் முனியசாமியைப் பார்த்ததும் இரு சக்கரவாகனத்தில் வந்த பாஸ்கரன் நின்றான். ஒரு வழியாக இருவரும் ஆஸ்பத்திரிக்குச் சென்று சேர்த்தனர். ஒரு மணி நேரத்தில் மருத்துவரின் முயற்சியில் செத்து பிழைத்தான் ராஜா. அன்று

வேண்டிய வேண்டுதல் ஒரு வருடம் கழித்து தான் நிறைவேற்ற காலம் வந்தது.

21 நாட்களில் பத்து நாட்கள் கழிந்தன. ராஜாவின் தலை முடி நீளமானது, முகக்கண்ணாடி முன் நின்று கொண்டு தலையை வாரி ரஜினி மாதிரி இருக்கேன்லப்பா என்றான்.

இல்லடா, என்ற முனியசாமி காலையில் தோட்டத்துக்குச் செல்ல ஆயத்தமானான்.

அப்பா நான் மொட்ட போட்டா அழகா இருக்கமாட்டேன்லப்பா. மொட்டப் போட வேண்டாம்பா, என்றான் ராஜா.

அப்படிலாம் சொல்லக் கூடாதுடா சாமிக்குத்தம் ஆகிடும்.

டேய் நீ சூரியன் சரத்குமார் மாதிரி இருப்படா, என்று அடுப்படியில் இருந்து கூறினால் காமாட்சி.

சரத்குமார் தெரியும் அது யாரு மா சூரியன் என்றான் ராஜா.

சூரியன், சரத்குமாரோட படம் தாண்டா.

ஏய் சும்மா இருடி சாமி விஷயத்துல விளையாடிக்கிட்டு இருக்க என்றான் முனியசாமி.

அன்று முதல் தன்னை சூரியன், என்று கூறிக்கொள்வான்.

சூரியன், சரத்குமார் சினிமா பெயர்கள் எல்லாம் காமாட்சிக்கு பழக்கப்பட்ட வார்த்தைகள் காரணம், கோவில்பட்டியில் ஒரு காலத்தில் கொடி கட்டி பறந்த காமாட்சி தியேட்டர் ஓனரின் ஒரே மகள் என்பதாலும், தியேட்டரில் ஏற்பட்ட நஷ்டத்தால், வறுமையின் காரணமாக முனியசாமிக்குக் கட்டி வைத்தார், காமாட்சியின் தந்தை. காமாட்சி குடும்பத்துடன் வெளியில் சென்றால் சினிமா போஸ்டர்களை வைத்தே படத்தின் முழு கதையும் சொல்லி விடுவாள்.

பள்ளியில் ராஜாவை தினமும் கேட்காத ஆள் இல்லை என்னடா முடி வளக்குற என்று?.

"நா மொட்ட போட போறேன்"

"நா மொட்ட போட போறேன்"

என்று கேட்கும் அத்தனை பேருக்கும் சலிக்காமல் பதில் அளிப்பான் ராஜா.

தன் நண்பனுடன் சேர்ந்து அருகில் இருந்த சண்முகா தியேட்டர்க்கு சென்று பழைய போஸ்டர்களை கிளறி எடுத்து சூரியன் சரத்குமாரை கண்டு பிடித்தான். தியேட்டரில் ராம்கியின் கருப்பு ரோஜா திரைப்படம் ஓடிக்கொண்டிருந்தது.

அன்று முதல் சினிமா மேல் ஒரு ஈர்ப்பு.

21 நாட்கள் கழிந்தது காலையில் முனியசாமி தான் சேமித்து வைத்திருந்த நூறு ரூபாயில் ஒரு முப்பது ரூபாயை தன் சட்டை பையிலும், இன்னொரு முப்பது ரூபாயை வேஷ்டிக்குள் இருக்கும் அரை ட்ரவுசரிலும், மீதம் உள்ள நாப்பது ரூபாயை இடுப்பு வேஷ்டியில் சுருட்டி வைத்துக் கொண்டும் பேருந்தில் ஏறினான்.

பேருந்துக்குப் போக வர இருவருக்கும் அறுபது ரூபாயும், டீ செலவு பத்து ரூபாயும், உண்டியல் காணிக்கைக்கு இருபத்தி ஒரு ரூபாயும் மொட்டை போட பத்து ரூபாயும் இருக்கும் என்று கணக்கு போட்டுக்கிட்டான்.

பேருந்து செவலில் இருந்து சாத்தூர்க்கு கோவில்பட்டி வழியாகச் சென்றது. முப்பது ரூபாய் கொடுத்து ஒன்னரை டிக்கெட் எடுத்துக் கொண்டான். ஜன்னலின் வழியாக வேடிக்கை பார்த்துக் கொண்டு தந்தையிடம் கேள்விகள் கேட்டும் வந்தான் ராஜா. முனியசாமியோ சலிக்காமல் பதில் அளித்தான்.

பேருந்து சாத்தூர் கோயில் வந்ததும் இருவரும் இறங்கினார்கள். இறங்கிய இருவரும் டீக்கடையில் டீ குடித்தனர். நாலு ரூபாய் செலவானது. பின் நடக்க ஆரம்பித்தனர்.

கோயிலின் நுழைவு வாயில் செல்லும் வழியில் இருபுறமும் பிளாஸ்டிக் கடைகள்,

பாத்திரக்கடைகள், பொம்மை கடைகள் பந்தலால் அமைக்கப்பட்டு இருந்தன. பத்து கடைகளுக்கு இடையில் ஒரு பந்தலில் குடும்பம் குடும்பமாக அமர்ந்து ஒவ்வொருவரும் உணவு உண்ண ஏற்றவாறு அமைக்கப்பட்டிருக்கும். அதன் அருகிலே குளிப்பதற்கு ஏற்றவாறு தண்ணீர் மோட்டார் பம்புடன் அமைக்கப்பட்டு இருக்கும்.

கடைகளை வேடிக்கை பார்த்துக் கொண்டே சென்றனர் இருவரும். எதிரே ஒரு தாய் தந்தையினர் இரண்டு மொட்டைத் தலை குழந்தைகளுடன் வந்தனர். அவர்களிடம் மொட்டை போடும் இடம் எங்கு உள்ளது என்று விசாரித்தான் முனியசாமி.

கோயிலுக்கு அந்தப்பக்கம் உள்ளது என்றதும் பசங்களுக்கு எவ்வளவு ஆச்சு மொட்டைக்கு என்று கேட்டான் முனியசாமி.

அதை ஏன் கேக்குறீங்க இரண்டு பேருக்கு அறுபது ரூபாய் வாங்கிட்டானுங்க.

என்ன அறுபது ரூபாயா? அப்போ ஒரு ஆளுக்கு முப்பது ரூபாயா?

ஆமாண்ணே. ரெண்டு பசங்களுக்கும் ஒரு பத்து ரூபாயாது கம்மி பண்ணலாம்ல பண்ணவே இல்ல.

ஆனா அங்க போர்டுல டோக்கன் இலவசம்னு தான போட்டுருக்கு.

ஆமாங்க டோக்கன் இலவசம் தான், அங்க மொட்டை போடுற இடத்துல முப்பது ரூபா வாங்கிடு வாங்க, என்றதும் நிலை தடுமாறினான் முனியசாமி. நடுப்பாதையிலேயே நின்றான். அவனை இடித்துக் கொண்டும், அவனின் இருபுறமும் நிறைய ஆட்கள் சென்றனர்.

அப்படினா மொட்ட போட முடியாதாப்பா? என்று கேட்டான் ராஜா.

ராஜாவின் கேள்வி முனியசாமியின் காதில் விழவில்லை, மனதுக்குள் சாமியிடம் கேட்க ஆரம்பித்தான். என் பையனுக்கு மொட்டை போட்டா, உன் உண்டியலுக்குக் காணிக்கை போட முடியாது, காணிக்கைய இன்னொரு நாள் போடலாம்னா அதுக்குனு தனி செலவாகுமே, என்கிட்ட அவளோ காசு இல்லையே என்று மனதுக்குள் கேட்க ஆரம்பித்தான். ராஜா தன் தந்தையின் கையை பிடித்து இழுத்துக் கொண்டே இருந்தான். அசையாமல் நின்று கொண்டு இருந்த முனியசாமி, அவனுக்கு பின்னால் தண்ணி வண்டியை கையால் இழுத்துக் கொண்டு வந்திருந்த பெரியவர் வழி வழினு சத்தம்போட்டதும் விலகினான், டீக்கடைக்குள் நுழைந்தனர் இருவரும்.

என்ன லோகு முடிலாம் வெட்டிருக்க அதிசயமா இருக்கு என்று டீ கடைக்காரனை பார்த்துக் கேட்டான் அங்க இருந்த சொக்கலிங்கம்.

அதுவா சொல்றேன். இந்தா டீயைப் பிடி என்று கூறியவாரே, அண்ணே உங்களுக்கு என்ன வேணும் என்று முனியசாமியைப் பார்த்து கேட்டான் லோகு.

தண்ணி மட்டும் குடுங்க தம்பி., என்றான் முனியசாமி.

அப்பா நாமலே கஷ்டம்னு தான் கோவிலுக்கு வந்தோம், இங்க என்னப்பா இன்னொரு கஷ்டம். நாம கஷ்டப்படுறோம்னு தெரிஞ்சே ஏம்பா சாமி கஷ்டத்த கொடுக்குது? என்று ராஜா கேட்டான்.

டேய், சும்மா இரு. உனக்கும் உங்காத்தாளுக்கும் சாமிய குத்தம் சொல்லாம இருக்க முடியாதே, என்றான் முனியசாமி.

அமைதியானான் ராஜா.

முனியசாமிக்கு ஒரு டம்ளரில் தண்ணியை கொடுத்து விட்டு சொக்கலிங்கம் அருகில் வந்து அமர்ந்தான், லோகு.

சொக்காண்ணே, ரொம்ப நாளா அப்பா திட்டிக்கிட்டே இருந்துச்சு முடிய வெட்டுடா வெட்டுடானு, நான் சினிமா ஸ்டார் மாதிரி நல்லா நீளமா வளர்க்கலாம்னு தான் இருந்தேன். அவர்

திட்டுரெத தாங்க முடியல, அதான் பஸ் ஸ்டாண்ட்ல இருக்கிற பெத்தண்ணன் கடையில வெட்டுனேன்.

ஆனா பாருங்க, இப்பவும் பத்து ரூபா தான் வாங்குறாரு அந்த ஆளு என்றான்.

இதைக் கேட்டதும் முனியசாமி வேகமாக எழுந்து, தம்பி அந்த முடி வெட்டுர கடை எங்க இருக்குன்னு கேட்டான்.

பஸ் ஸ்டாண்ட்ல போயி பெத்தண்ணன் கடைனு யார்கிட்ட கேட்டாலும் சொல்லிடுவாங்க என்றான், லோகு.

விறுவிறு என முனியசாமி கால்கள் நடந்தன. அவன் கையைப் பிடித்தவாறே வேகமாக நடக்க முயற்சித்தது ராஜாவின் கால்கள். ஒரு வழியாக பெத்தண்ணன் கடைக்கு வந்து சேர்ந்தார்கள் இருவரும்.

யாக்கோபு சலூன் என்று பெயரிடப்பட்டிருந்தது. உள்ளே சென்றான். அண்ணே மொட்ட போட எவ்வளவு காசு வாங்குவீங்க என்றான் முனியசாமி.

12 ரூபாப்பா.

பத்துரூபா இல்லையா?

அது முடிவெட்டுறதுக்கு. மொட்ட போட 12 ரூபாய்.

சரிணே இருக்கட்டும் மொட்டைய போட்டு இவனோட முடிய மட்டும் தனியா எடுத்து கொடுங்க

என்று முனியசாமி கூறினான்.

அவனை மேலும் கீழும் பார்த்தான் பெத்தண்ணன்.

சிறிது நேரத்தில் ராஜாவை மொட்டை தலை ஆக்கினான்.

தன் பையனின் முடியை வாங்கிக் கொண்டு வேகமாக நடையைக் கட்டி கோயிலின் பின் புறம் உள்ள முடிக் கானிக்கை செலுத்தும் இடத்திற்குச் சென்று தன் பையனின் முடியை போட்டான். ஒரு ரூபாய் கொடுத்து பம்ப் செட்டில் குளிப்பாட்டி விட்டு கோயிலுக்குள் சென்றான்.

ஆத்தா சொன்ன மாதிரியே என் மகனோட முடிய உன்னோட இடத்துல வந்து போட்டேன். நீ தான் இனிமேல இவன் கூட நின்னு காப்பாத்தணும் என்று உண்டியலில் 21 ரூபா போட்டு விட்டு, நடக்க ஆரம்பித்தனர்.

அப்பா கோயில்ல நா மொட்ட போடனுனு தான வேண்டுனீங்க இப்போ என்னடானா சலூன் கடைல முடிய வெட்டிட்டு கோயில போடுறீங்க.?

இல்லடா முடிய போடுறேனு தான வேண்டுனேன்.

இல்லப்பா மொட்ட போடுறேனு தான வேண்டுனீங்க.

இல்லடா முடி தான்.

இல்லப்பா மொட்டை தான்.

முடி.

மொட்டை.

இல்ல முடி.

இல்ல மொட்டை.

முடி

மொட்டை.

கோயில் வேறு, சாமி வேறு.

***

2

காதல் கொடுக்க வந்தேன்

இருபத்தி ஒன்றாம் ஆண்டு விழாவிற்கு வருகை தரும் மாவட்ட ஆட்சியர் சுரேஷ் கிருஷ்ணா அவர்களை அன்புடன் வரவேற்கிறோம்.

இப்படிக்கு,

பள்ளி நிர்வாகம்,

காந்தி மேல்நிலைப்பள்ளி,

பசுவந்தனை ரோடு,

கோவில்பட்டி.

என்று வரவேற்பு பதாகை காந்தி பள்ளி வாசலில் வைக்கப்பட்டு இருந்தது.

மாணவர்கள் அனைவரும் பள்ளிச் சீருடைக்கு விடுமுறை கொடுத்து தங்களுக்குப் பிடித்த உடைகளில் வண்ணம் வண்ணமாய் வந்திருந்தார்கள். கலர் கலராக கொடிகள் பள்ளிகள் முழுவதும் அலங்கரிக்கப்பட்டிருந்தது. விழா இரவு நேரத்தைத் தாண்டி செல்லும் என்பதால் சைக்கிள்

ஸ்டாண்டில் டியூப்லைட்கள் சவுக்கு கம்புகளில் கட்டப்பட்டிருந்தது. கலை அரங்கத்தின் பின்புறத்தில் மாணவர்கள் டிரம்ஸ், சிலம்பம், கிட்டார், நாடகம், பேச்சுபோட்டி பாட்டுப்போட்டி போன்றவற்றிற்கு பயிற்சி எடுத்துக் கொண்டிருந்தனர். ஆறாம் வகுப்பு மாணவர்கள் சுதன் மற்றும் ராதிகா தாமரை மலருக்கு வர்ணம் தீட்டிக் கொண்டிருந்தனர்.

ஜெய்கிந்த் படத்தின் ரத்தம் சிந்திய தேசம் இது பாடலை ஸ்பீக்கரில் போட்டு டெஸ்ட் செய்து கொண்டிருந்தனர்.

ஒன்றாம் வகுப்பு முதல் எட்டாம் வகுப்பு மாணவர்கள் கீழ்த்தளத்தில் இருந்து கலையரங்கத்தை நோக்கி நடக்க ஆரம்பித்தனர்.

ஒன்பதாம் வகுப்பு முதல் பன்னிரண்டாம் வகுப்பு மாணவர்கள் மேல்தளத்தில் தங்களது வகுப்பில் இருந்து வெளியில் வந்து கொண்டிருந்தனர்.

ஒன்பதாம் வகுப்பு மாணவிகளை வேகமா போங்க வேகமா போங்க என்று பத்தாம் வகுப்பு ஆசிரியர் கண்ணப்பன் சத்தமிட்டார். அருண், அரவிந்த், அகிலேஷ், அன்பு என்று "அ" வரிசை மாணவர்கள் வகுப்பின் வாசலில் நின்று கொண்டு, செல்லும் மாணவிகளைப் பார்த்துக் கொண்டிருந்தனர்.

காயத்ரி சென்றதும், மச்சான் உன்னைய காயத்ரி பாத்துட்டாடா பாத்துட்டாடா என்று அருணை பார்த்து கூச்சலிட்டான் அரவிந்த்.

அருண் தன் சட்டை பையில் வைத்திருந்த காதல் கடிதத்தை தடவி விட்டான்.

டேய் அரவிந்த். என்னடா சத்தம்? என்று கண்ணப்பன் கேட்க. சார் ஒன்னும் இல்ல சார் என்று கோரசாக நான்கு பேரும் கூறினார்கள்.

சரி வா இறங்கு வரிசையில நில்லு.

ஒன்னு, ரெண்டு, மூனு சொல்லுங்கடா என்று அரவிந்தை பார்த்துக் கூறினார் கண்ணப்பன்.

ஒன்னு என்று அரவிந்திடம் ஆரம்பித்து இரண்டு என்று அகிலேஷ தொடர்ந்து 19 என்று அருண் முடிக்க, மாணவிகளின் எண்ணிக்கை நடக்க ஆரம்பித்தது. மொத்த எண்ணிக்கையும் முடிந்ததும், அரவிந்த் கிளம்புடா என்று கூறினார் ஆசிரியர் கண்ணப்பன். கடைசியாக நடந்து வந்து கொண்டிருந்த அருண் கொஞ்சம் கொஞ்சமாக முன்னேறி அரவிந்தை நெருங்கினான். கலையரங்கத்திற்குள் இருவரும் ஒன்றாக நுழைந்தார்கள்.

கலையரங்கத்திற்குள் ஆயிரம் இருக்கைகள் இருந்தன. ஒன்று முதல் ஒன்பதாம் வகுப்பு மாணவர்கள் அமர்ந்திருந்தனர்.

டேய் அரவிந்த் இங்கே உட்காரலாம்டா என்று ரெண்டு மற்றும் மூன்றாம் இருக்கைகளை காண்பித்தான் அருண்.

டேய் நாயே முதல் சீட்ல கணக்கு உட்காருவார்டா.

பரவாயில்ல இங்க உட்காந்தா தான்டா நல்லா தெரியும்.

எது காயத்ரியா?

இல்லடா ஸ்டேஜ்.

அவர்கள் இருக்கைக்கும் மாணவிகள் இருக்கைக்கும் இடையில் நடைபாதை இருக்கும் அதில் விளையாட்டு ஆசிரியர்கள் கையில் பிரம்புடன் மாணவர்களை கண்காணித்தவாறே நடந்து செல்வார்கள்.

தன் இருக்கையில் வந்து அமர்ந்த கண்ணப்பன் எல்லா பசங்களும் வந்துட்டாங்களாடா அருண்? என்று கேட்டவாறே வலது பக்கம் திரும்பி பார்த்தார்.

மாணவர்கள் அனைவரும் இருப்பதை உறுதி செய்தபின், இடதுபக்கம் திரும்பி மாணவிகளை

எண்ணினார், எண்ணிக்கை சரியாக இருந்ததும் இருக்கையில் சாய்ந்தார், ஆசிரியர் கண்ணப்பன்.

மேடையில் மாவட்ட ஆட்சியர், பள்ளி தலைமை ஆசிரியர், முன்னாள் மாணவர் சங்கத்தலைவர் மற்றும் பள்ளி தாளாளர் என்று ஒவ்வொருவராக மாணவர்களுக்கு பரிசுகளைக் கொடுக்க ஆரம்பித்தனர்.

மாணவிகள் கூட்டத்தில் இருக்கும் காயத்ரியைத் தேட ஆரம்பித்தான் அருண். சுவர் ஓரமாக அமர்ந்திருந்த ஒரு பெண்ணின் மெல்லிய நெற்றியைப் பார்த்தான், பின் மீன் போன்ற கண்களைப் பார்த்தான், சுருளாத முடிகளைப் பார்த்தான், மூக்கிற்கும் மேல் உதட்டுக்கும் இடையே இருக்கும் சிறு இடைவெளியைப் பார்த்தான், காயத்ரியின் முகத்தை அத்தனை கூட்டத்திலும் தனியாகக் கண்டுபிடித்து காயத்ரி என்று மனதிற்க்குள் சொல்லிக் கொண்டான்.

அருகில் அமர்ந்து இருந்த நந்தினியிடம், இதை எடுடி என்று தன் வலது பக்க கம்மலில் மாட்டிக் கொண்ட முடியைக் காட்டி காயத்ரி கூறினாள்.

இதை எப்படி தான் அருண் பார்த்தான் என்று தெரியவில்லை, அருகில் இருந்த அரவிந்திடம், மச்சான் டேய் காயத்ரி சடைல கம்மல் மாட்டிக்கிச்சுடா என்று அருண் கூறினான்..

சார்..சார்.. என்று பவ்யமாக இழுத்தான், அரவிந்த்.

என்னடா அரவிந்தா?.

காயத்ரி முடில கம்மல் மாட்டிக்கிச்சு சார், நீங்க பெர்மிசன் கொடுத்தா போய் ஹெல்ப் பண்ணுவோம் சார்.

அப்படியா என்று கையில் இருந்த பிரம்பை நீட்டினார்.

அய்யோ சார்.. அவ காதுல கம்மல் மாட்டுனா எனக்கென்ன, அவகாலுல முள்ளு குத்துனா எனக்கென்ன என்று அரவிந்த் அமைதியாகப் பின் வாங்கினான்.

டேய் ஏன்டா இதெல்லாம் அவர்கிட்ட போய் சொல்ற என்று அரவிந்தை கத்தினான் அருண்.

தாங்ஸ்டி., என்று நந்தினியிடம் கூறினால் காயத்ரி.

என்னடி இன்னைக்கு கருப்பு சுடிதார்ல ரொம்ப அழகா இருக்குற??

ஆமாடி, அழகா இருக்கேன்ல என்று திரும்பி அருணை பார்த்தாள்.

அருண் அவளைப் பார்க்கவில்லை மேடையில் வீரபாண்டி கோட்டையிலே பாடலுக்கு நடனமாடிய

மாணவிகளைப் பார்த்துக் கொண்டிருந்தான். மாறாக அரவிந்த் அவளைப் பார்த்துவிட்டான். பார்த்ததும் டேய் உன் ஆளு உன்ன பாக்குறாடா என்றான்.

போடா டேய் அவளாது என்னை பாக்கிறதாது. அவ திரும்பியெல்லாம் பாக்க மாட்டாடா.

போடா என்னையெல்லாம் நம்பமாட்டில என்று கூறிவிட்டு கணக்கு வாத்தியார் கண்ணப்பனிடம் பேச ஆரம்பித்தான் அரவிந்த்.

சார் சாவித்திரி மிஸ் பாட்டு பாடுறாங்க தமிழ்வதி மிஸ் கவிதை சொல்றாங்க, நீங்க ஏதும் பண்ணலையா சார்?

ஏன்டா இவ்வளவு பேசுறியே நீ ஏன்டா ஸ்டேஜ் ஏறல?

சார் நான் மேல ஏறுனா கீழ யாரு கை தட்டுவா? விசில் யாரு அடிக்கிறது.

நான் மேல ஏறிட்டா உன்ன யார் அடிக்கிறது? என்று ரெண்டு அடி முதுகில் செல்லமாக வைத்தார். நீ விசில் அடிக்கலனா மேல யாரும் ஆட மாட்டாங்களா என்ன?..

சார் சார் என்று கூறியவாறே விசில் அடித்தான் கண்ணப்பனின் காது கிழியும் அளவிற்கு.

மேடையில் மாணவர்கள் நடனமாடி முடிந்ததும் மேடை திரையால் மூடப்பட்டது, அடுத்த நிகழ்வுகளுக்காக.

காயத்ரி நந்தினியிடம் சிரித்துக் கொண்டிருக்கும் அழகை ரசித்த அருண் காயத்ரியைப் பார்த்து மனதுக்குள்

பாரு

பாரு

பாரு

பாரு

பாரு

பாரு

பாரு

பாரு

பாரு

பாரு

என்று கூறிக்கொண்டே இருந்தான் காயத்ரியோ தன்னை யாரோ கூப்பிடுவதைப் போல உணர்ந்தவள் சட்டென்று திரும்பிப் பார்த்தாள் அருணை, அருண் தன்னை பார்ப்பதைப் பார்த்த காயத்ரி வெட்கத்தில் நந்தினியின் தோளில் சாய்ந்துகொண்டு தன்னை மறைத்துக்கொண்டாள்.

காயத்ரி பார்ப்பதை அரவிந்தும் பார்த்துவிட்டான். அரவிந்த் திரும்பி அருண் என்று கூறுவதற்குள் அரவிந்தின் வாயை மூடினான் அருண்.

என்னடி என்ன ஆச்சு??

என்று நந்தினி கேட்க.

தண்ணி குடிக்கனும் வாரியா? என்றாள் காயத்ரி.

சரி வா போகலாம் என்று ஆசிரியரிடம் அனுமதி கேட்டுச் சென்றனர் காயத்ரியும் நந்தினியும்.

அவர்கள் செல்வதைப் பார்த்து அருண் அரவிந்திடம் கண்ணைசைக்க,

சார் பாத்ரூம் போனும் சார் என்று இழுத்தான்.

ரெண்டு பேருக்கும் ஒன்னாதான் வருமாடா??? நீ உட்காரு என்று அரவிந்திடமும், நீ போடா என்று அருணிடமும் கூறினார்.

வெளியில் குடிநீர்த் தொட்டி அருகே காயத்ரியும் நந்தினியும் குடிநீர் குடித்துக் கொண்டு இருந்தனர், அவர்களைப் பார்த்த அருண் தன் கையில் வைத்திருந்த காகிதத்தை நந்தினிக்குத் தெரியாமல் காயத்ரியிடம் தந்தான்.

அவளும் அதனை வாங்கி தன் கைக்குட்டையில் மறைத்து வைத்துக் கொண்டாள்.

பின் அரங்கத்திற்குள் நுழைந்ததும் அந்தக் காகிதத்தை யாருக்கும் தெரியாமல் படிப்பதற்காகக் கைக்குட்டையில் இருந்தவாறே விரித்தாள்.

"உன் விழி உறங்கிய பின்னே

என் விழி உறங்குமடி பெண்ணே"

"அரியாத வயதில் வரும் பருவக்காதல் இல்லை

இது அறிந்தே தான் பருவம் அடைகிறேன் நானும்"

"உன் பார்வை விழும் இடம் எங்கே

என்று தேடிப் பிடித்து விழுகிறேன்

நானும் உன் கண்களில் விழ"

"என் காலமெல்லாம் தாளம்

போட வேண்டும் உன் கம்மலில்"

"வரைந்து வைத்த ஓவியம் நீ உன்னை வண்ணம் தீட்டும் உரிமையை என்னிடம் கொடு"

உன் ஆசையே என் ஆசை. உன் ஆசையை நிறைவேற்ற என் காதலுக்கு சம்மதம் சொல்வாயா?

இப்படிக்கு,

அருண்

படித்து முடித்ததும் அவள் மனதில் எண்ணற்ற சந்தோஷம். அவன் அழகானவன் மட்டுமில்லை.

அன்பான்வனும் கூட சத்தம் இல்லாமல் சம்மதம் கேட்கிறான்வேரென்ன வேண்டும் ஒரு பெண்ணுக்கு என்று யோசித்த காயத்ரி தன் கண்களால் சம்மதத்தை அருணிடம் தெரிவித்தாள். காதல் மலர்ந்தது.

மேடை திறக்கப்பட்டது.

மௌனமாக காதலிப்பதே சத்தமான அழகு.

***

3
ரகுபதி

மேடை திறக்கப்பட்டது.

சாதியைப் பள்ளிகளில் ஒழிக்கலாம்.

பள்ளி மட்டுமே சாதியை ஒழிக்கும்.

ஏன் விழா நாட்களில் மட்டும் சாதி ஒழிப்பைத் தலைப்பாகக் கொண்டு பள்ளிகளில் பேச்சுப் போட்டி நடத்துகின்றனர்.

வருடத்தின் எல்லா நாட்களிலும் எல்லா நிகழ்ச்சியிலும் சாதி ஒழிப்பைப் பற்றிப் பேச வேண்டும்.

ஏனென்றால் ஒரு நாளில் பேசுவதனால் மட்டும் ஒழிந்து விடும் ஒழிப்பு அல்ல இது.

வருடத்தின் எல்லா நாட்களிலும் பேசப்பட வேண்டும். என்றோ ஒரு நாளால் ஒழிக்கப்படுவதில்லை இது. வருடத்தின் எல்லா நாட்களும் ஒழிக்கப்பட வேண்டும். என்று ஆக்ரோஷமாகப் பேசிய பதினொன்றாம் வகுப்பு

மாணவன் ரகுபதியின் பேச்சைக் கேட்டு முதல் வரிசையில் அமர்ந்திருந்த ஆசிரியர்களும் தலைமை ஆசிரியரும், மாவட்ட ஆட்சியரும் வியந்தனர். கை தட்டினர். மாணவர்களும் கை தட்டினர்.

காயத்ரி திரும்பி அருணிடம் எங்கண்ணன் என்று சைகையில் பெருமை கொண்டாள். அருண் அதற்கு ஒ என்று வாயைச் சுளித்தான்.

என் தேசம் முழுவதும் சாதியும், தீண்டாமையும் ஒட்டிக் கொண்டு தான் இருக்கிறது.

வாழ்ந்தாலும் ஓய்ந்தாலும் சாதிதான் தீர்மானிக்கிறது.

உயிரற்ற உடலையும் சாதி ஒதுக்குகிறது.

உயிருள்ள ஒருவனையும் சாதி ஒதுக்குகிறது.

ஆனால் பள்ளிகளில் அந்த மாதிரியான தவறுகள் நடப்பது குறைவு. பள்ளிகளில் சாதிய வன்முறைகள் நடப்பது குறைவு. சாதி விவரங்களைக் கட்டாயமாக பெறும் பள்ளிகளில் சாதியை ஒழிக்க முடியாமல் வேண்டுமானால் போகலாம். ஆனால் சாதியை வளர்க்க ஒரு போதும் துணை நின்றதில்லை.

கிராமங்களில், பிள்ளைகளைப் பள்ளிக்கு அனுப்புங்கள். பள்ளிகளின் கல்வித் தரத்தை உயர்த்தி அவர்களைக் கல்வியின் முக்கியத்துவத்தை

உணர்த்துங்கள். சாதியற்ற நட்பைப் பள்ளிகளில் மட்டுமே காணமுடியும். பள்ளி ஒருவனை நாட்டின் போர் வீரனாக்கலாம், மருத்துவராக்கலாம், மாவட்ட ஆட்சியர் ஆக்கலாம், நடிகனாக்கலாம், இயக்குநர் ஆக்கலாம், தொழில் அதிபராக்கலாம், விஞ்ஞானியாக்கலாம், காவல்துறை அதிகாரி ஆக்கலாம், விளையாட்டு வீரனாக்கலாம், ஆசிரியர் ஆக்கலாம், வெளிநாட்டில் வேலை பார்ப்பவன் ஆக்கலாம்.

ஆனால் ஒரு போதும் சாதித் தலைவனாக மட்டும் ஆக்காது. ஆம் பள்ளி சாதிக்கு ஆனவர்களை உருவாக்காது. சாதிக்க ஆனவர்களை மட்டுமே உருவாக்கும் என்றதும் கீழே அமர்ந்துள்ள மாணவர்கள் கைத்தட்டலும் விசில் சத்தமும் எழுப்பி மேடையில் இருக்கும் ரகுபதியை உற்சாகப்படுத்தினர்.

மாணவர்களின் விசில் சத்தத்தைக் கேட்டு தலைமை ஆசிரியர் மாணவர்களைத் திரும்பிப் பார்த்து விசில் அடிக்கக் கூடாது என்று செய்கையில் காட்டினார். விசில் சத்தம் மெல்ல மெல்லக் குறைந்தது.

இந்த கைத்தட்டலும் விசில் சத்தமுமே பள்ளிகளில் சாதியை வளர்க்கவில்லை என்பதற்குச் சான்றாகும், என்று ரகுபதி பள்ளியில் பேசிய பேச்சை

25 வருடங்கள் கழித்து நினைவு கூர்ந்தார் ஆசிரியர் மணிவண்ணன். மக்கள் நேசம் கட்சி சார்பாக கோவில்பட்டி தொகுதி பொதுக்கூட்டத்தில் ரகுபதி எப்போது பேசுவான் என்று காத்துக் கொண்டிருக்கும் கூட்டத்தில் ஆசிரியர் மணிவண்ணனும் ஒருவர் ஆவார்.

தற்போது ரகுபதிக்கு 41 வயது. ஆளுங்கட்சியான மக்கள் நேசம் கட்சியின் தூத்துக்குடி வடக்கு மாவட்டச் செயலாளர்.

சிறுவயதில் பள்ளியில் மைக்கை பிடித்தவனுக்கு இந்த இடம் கிடைக்க ஏழு வருடங்களுக்கு முன் நடந்த முக்கிய சம்பவம் தான் காரணம். அப்போது ரகுபதி நகரச் செயலாளர் தான். அதுவும் அவன் கட்சி எதிர்க்கட்சி தான். கோவில்பட்டியில் தீப்பெட்டி தொழிற்சாலைகளுக்கு ஆபத்து விளைவிப்பதற்காகவே லைட்டர் தொழிற்சாலை ஆரம்பிக்கப்பட இருந்ததைத் தடுக்க வேட்டியை மடிச்சிகட்டி முன் நின்றவன்.

ரயில்நிலையத்தின் அருகில் உள்ள அக்மார்க் தீப்பெட்டி கம்பெனியில் இருந்து முப்பது ஆட்களைத் திரட்டி கொண்டு நடக்க ஆரம்பித்தான் வரும் வழியில் உள்ள ஹோட்டல் கடைக்காரர்கள் டீக்கடைக்காரர்கள் தங்கள் கடைகளை

மூடிக்கொண்டு தங்களைக் கூட்டத்துடன் சேர்த்துக் கொண்டனர். கூட்டம் மெதுவாக மார்கெட்டை நெருங்கியது. கடலை மிட்டாய் கடைக்காரர்கள் தங்கள் கடைகளை மூடிக்கொண்டு கூட்டத்தில் சேர்ந்தனர், மார்க்கெட்டில் உள்ள காய்கறி கடைக்காரர்கள், முட்டை கடைக்காரர்கள், மளிகை கடைக்காரர்கள், தங்கள் கடைகளை மூடிக்கொண்டு கூட்டத்தில் சேர்ந்தனர். மார்க்கெட் வெளியில் உள்ள தள்ளுவண்டி கடைக்காரர்கள் தங்கள் கடைகளைத் தார்ப்பாய் மூலம் மூடிக்கொண்டு கூட்டத்தில் சேர்ந்தனர். கூட்டம் அப்படியே சத்திரம் தெருவுக்கு வந்தது. பூக்கடைக்காரர்கள் தங்கள் கடைகளை மூடிக்கொண்டு கூட்டத்தில் சேர்ந்தனர். கூட்டம் முக்கு கடையை நெருங்கியது. பாய்லரில் இருந்த கங்கு அணைக்கப்பட்டது. அடுப்பு அணைக்கப்பட்டது. கொத்த வேலைக்குச் செல்லும் ஆட்கள் தங்கள் கடப்பாரை, பாண்டு சட்டி மற்றும் மண்வெட்டி ஆகியவற்றை முக்கு கடைக்குள் வைத்தனர். முக்கு கடை மூடப்பட்டது. அங்கு இருந்த ஆட்கள் கூட்டத்துடன் சேர்ந்து கொண்டனர். பின் கூட்டம் பேருந்து நிலையம் வந்தது. அங்கு உள்ள ஐம்பது கடைகளும் மூடப்பட்டு கடைக்காரர்கள் கூட்டத்தில் சேர்ந்து கொண்டனர். மொத்த கூட்டம் நூறை தாண்டியது.

மக்கள் கூட்டம் பேருந்து நிலையம் வெளியே வந்து நுழைவு வாயில் முன் வாகனங்களை மறித்து நின்றது.

பேருந்துகள், லாரி, லோடு ஆட்டோ, ஆட்டோ, என்று மொத்தமாக ஒரு ஐம்பது வாகனங்கள் நீளமாக நிற்க, செல்ல வழியில்லாமல் போக்குவரத்தை பாதித்தன.

நுழையாதே..

நுழையாதே...

லைட்டர் தொழிற்சாலையே நுழையாதே.

என்று கோஷமிட்டது கூட்டம்.

அரசு அதிகாரிகள் வந்து பேச்சுவார்த்தை நடத்தினார்கள்.

இந்த கூட்டத்தை கலைச்சிட்டு எல்லாரும் கிளம்புங்க. உங்க மனுக்கு பதில் வரும். அதுக்கு முன்னாடியே சாலைமறியல் பன்றது ரொம்ப தப்பு. உங்களால போக்குவரத்து பாதிக்குது. அதையும் மீறி மறியல் பன்றதுதான் உங்க முடிவுனா காவல்துறை தன் கடமையைச் செய்யும், ஒவ்வொருத்தரையும் தூக்கி ஸ்டேஷன்ல வைக்குற மாதிரி ஆயிடும் என்று இன்ஸ்பெக்டர் கூறினார்.

பதிலுக்கு ரகுபதி, முடிந்தால் தொட்டுப்பாருங்கள் யாராக இருந்தாலும் சரி.

அதன்பின் நடக்க இருக்கும் அசம்பாவிதங்களை சந்திக்க நேரிடும். எங்களை உள்ள வச்சா வெளியே என்ன நடக்கும்னு உங்களுக்கு நல்லாவே தெரியும்.

அநியாயத்தை எதிர்த்து நியாயமாக போராடுற, எங்கள சீண்டிப்பாக்காதீங்க போலீஸ் என்றான்.

எங்க ஊர்தான் தீப்பெட்டிக்கு பேர் போன ஊர், என் மக்களோட வாழ்வாதாரமே அதான். அந்த தொழில நம்பி மட்டுமே சுமார் 500 குடும்பம் இருக்குது.

வேண்டும் என்றே எங்க ஊர டார்கெட் பண்ணிருக்கானுங்க. நீங்களும் அதுக்கு ஒத்துழைப்பா என்று அரசு அதிகாரிகள் மற்றும் காவல்துறை அதிகாரிகளை நேரில் விலாசினான் ரகுபதி.

கலெக்டர் வந்ததும் ரகுபதியை தனியாக வரும்படி காவல்துறை அதிகாரி கூறினார், ரகுபதி கண்ணை மூடிக்கொண்டு கூட்டத்தில் இருந்த நான்கு பேர்களை கைகாட்டி அழைத்து தன்னுடன் கூட்டிக் கொண்டு கலெக்டர் அருகில் சென்றான்.

ரகுபதி நீங்க சொன்னால்தான் இந்த கூட்டம் போகும், நீங்கப் போய் சொல்லுங்க மத்ததெல்லாம் ஆபீஸ்ல பேசலாம் என்றார்.

சார், அதெல்லாம் ஆபீஸ்ல முன்னாடியே மனு கொடுத்து எந்த நடவடிக்கையும் எடுக்காததால் தான் மறியலே நடக்குது.

நீங்க முடிவ இங்கையே சொல்லிட்டு போங்க, என்ன பண்ணுகிறார் உங்க *MLA?*..

ரகுபதி நீங்க சொல்றத லாம் ஒரே நாள்ல முடிவு எடுக்க முடியாது. *MLA* சென்னையில் இருந்து வரட்டும், இப்போதைக்கு இந்த கூட்டத்தை போக சொல்லுங்க இல்லைனா என்ன அசம்பாவிதம் நடந்தாலும் பாத்துக்கலாம்னு நாங்களே கலைச்சுவிட்டுருவோம், என்றார் கலெக்டர்.

சார், நீங்க அரசு அதிகாரி.

நாங்க அரசியல் அதிகாரி.

நீங்க படிச்சுட்டு வந்திருக்கீங்க, நாங்க அனுபவத்துல வந்துருக்கோம். உங்க *MLA* கிட்டப்பேசி முடிவுக்கு வாங்க அதவிட்டுட்டு அசம்பாவிதம்தான் நடத்தனும்னு நினைச்சிங்களா நாங்களும் தயார் என்றான்.

*MLA*விடம் இருந்து அழைப்பு வந்து கோரிக்கையை ஏற்று தொழிற்சாலை ஊருக்குள்

வராது என்று கலெக்டர் கூறியதும் கூட்டம் கலைந்தது.

மேலும் எங்க முன்னோர்கள் காலத்தில் நடந்த சாதி சண்டைகளுக்கெல்லாம் முற்றுப்புள்ளியாக இருக்கக் காரணமாக இருந்தவர்களில் ஒருவர் ரகுபதியின் தாத்தா. பாவம் அவரும் குறைந்த வயதிலே மனகஷ்டத்தால் இறக்க நேர்ந்தது, அவனின் அத்தை தற்கொலை செய்துகொண்டதால்.

ஊர் மக்களுக்காகப் போராடி லைட்டர் தொழிற்சாலையை ஊருக்குள் வருவதைத் தடுத்து நிறுத்தியவன் ரகுபதி என்ற பெருமை அவனுக்கு எப்போதும் உண்டு. அதுதான் இன்று அவன் மாவட்டச் செயலாளராக மைக்கை பிடிக்க ஒரு சாட்சியாகும்.

ரகுபதி மைக்கை பிடித்தான். மேடையில் அமர்ந்திருக்கும் அனைவருக்கும் தன் வணக்கங்களையும், கீழே அமர்ந்திருக்கும் ஆயிரக்கணக்கான நபர்களைப் பார்த்து உயிரான தொண்டர்களே! என்று வணக்கத்தைத் தெரிவித்தான்.

பேச்சை ஆரம்பித்தான்.

நம் தலைவர் படித்ததோ ஆறு,

ஆனால் அவர் படைத்ததோ வரலாறு.

என்று பேசியதும் போடு தலைவா.

தலைவனா தலைவன்தான். என்று கத்தினான் உயிர்க்கும் மேலான தொண்டன் ஒருவன்.

நீங்களும் வரலாறு படித்ததோடு மட்டுமில்லாமல், வரலாறு படைக்க வேண்டும் இளைஞர்களே.

நாம் இன்று ஆளுங்கட்சியாக இருக்கும் பட்சத்தில் நம் தொகுதியில் உள்ள அனைத்து அரசுப் பள்ளிகளையும் தனியார்ப் பள்ளிகளுக்கு நிகராக அமைத்துள்ளோம். இதன் மூலம் மாணவர்களின் அறிவியலையும் விஞ்ஞானத்தையும் வளர்த்துக்கொள்ளும் ஆர்வத்தில் அதிகம் உள்ளவர்களாக இருப்பதால் சாதிய சிந்தனைகளுக்கும் சண்டைகளுக்கும் இடமில்லை.

நம் கட்சி கடந்த தேர்தலில் வெற்றி பெறுவதற்கு முக்கிய காரணம் நீங்கள்தான். நீங்கள் கொடுத்த ஒத்துழைப்பே எங்களை மேன்மேலும் வளரச்செய்து மக்கள் நல பணிகளை மிகச் சிறப்பாகச் செய்ய உதவுகிறது.

இதோடு மட்டுமில்லாமல் மாணவர்களுக்கு உதவும் வகையில், தங்களின் தனித் திறனை வளர்த்துக் கொள்ளும் வகையில், சனி ஞாயிறுகளில் ஒவ்வொரு பூங்காவிலும் நம் கட்சியின் சார்பாகப் போட்டிகள் நடைபெறும். அப்போட்டியின் மூலம் மாணவர்கள் அவர்கள் திறமையை வளர்த்துக்

கொள்ளலாம். அது மட்டும் இல்லாமல், நமது மாவட்டத்தில் உள்ள அனைத்து சட்டமன்ற உறுப்பினர்களும் தங்கள் தொகுதியில் உள்ள அனைத்து வார்டுகளுக்கும் சென்று குறை கேட்கும் நிகழ்ச்சி நடத்துவர்.

தன் மாணவனின் வளர்ச்சியைக் கண்டு வியந்துபோனார் ஆசிரியர் மணிவண்ணன்.

மேடையில் பேச்சை முடித்துவிட்டு இறங்கி வரும் போது ஆசிரியரைப் பார்த்து நலம் விசாரித்தான் ரகுபதி. இருவரும் மாறி மாறி அன்பைப் பரிமாறிக்கொண்டனர்.

ஆமா, ரகுபதி உனக்கு இரண்டு தங்கச்சி உண்டுல, என்ன பண்றாங்க

கல்யாணம் முடிஞ்சதா? என்று ஆசிரியர் மணிவண்ணன் கேட்டார்.

காயத்ரிக்கு கல்யாணம் முடிஞ்சிடுச்சு, ராதிகாவுக்கு இப்பதா 24 ஆகுது என்று பதில் அளித்த ரகுபதி, நம்ம சாதியிலேயே நல்ல பையனா யாராவது இருந்தா சொல்லுங்க என்று கூறிவிட்டு காரில் வேகமாகச் சென்று விட்டான்.

அவன் சென்றதும் அவன் காரை பார்த்தவாரே, 2023 பிறந்து ஒரு மாசம் கூட ஆகல, இந்த அரசியல்வாதிகள் மட்டும் மாறவே

மாட்டேங்கிறாங்க. மேடை மேல ஒரு பேச்சு, மேடை கீழ ஒரு பேச்சுல பேசுறான். இந்த மாதிரி இரட்டை வேடம் போடுறவங்கள, சுட்டிக்காட்டவும் தட்டிக் கேட்கவும் ஒருத்தன் வராமலா போயிடுவான்?

வருவான் எங்க இருந்தாலும் வருவான்.

என்று தனக்குள் கூறிவிட்டு வாத்தியார் கிளம்பிவிட்டார்.

இயல் இசை நாடகத்திற்காகவே மேடைகள் உருவாக்கபட்டது.

***

4

கத்தி பாண்டியன்

கத்தி பாண்டியன் ஒரு நிலத்தரகர். நரைத்த முடி, நரைத்த தாடி, வயதோ அறுபத்தி இரண்டு. தன்னால் எந்த அளவுக்கு பொய் சொல்ல முடியுமோ அந்த அளவுக்கு பொய் சொல்பவர். உண்மையை ஒரு நாளும் பேசாதவர், அவர் தொழில் அப்படி. கீழ் வரும் பொய்களில் தினமும் இரண்டு பொய்களையாவது உபயோகித்து விடுவார்.

இந்த இடத்துல தண்ணி நல்லா இருக்கும்,

இந்த வீட்டுல இருக்குற வாஸ்து எந்த வீட்டிலும் இருக்காது,

நேத்து தான் ஒரு ஆள் வந்து இந்த இடத்த பார்த்துட்டு போனாங்க,

பார்ட்டி நல்ல பார்ட்டி, இடம் நல்ல இடம்,

ரெஜிஸ்டர் ஆபீஸ்ல நமக்குத் தெரியாம எந்த இடமும் போகாது, அந்த நம்பர் போன் சுவிட்ச் ஆப்னு வருது உங்க நம்பர்ல இருந்து கூப்பிடுங்க,

என்ன அண்ணே கூப்பிட்டிருக்கீங்க,

திடீரென்று தன் பழைய நண்பர்களுக்கு போன் செய்து நேத்து உங்கள புதுரோடுல பார்த்த மாதிரி இருந்துச்சு. இப்ப, என்ன வேலை போகுது, ரொம்ப நேரமா உங்களுக்கு தான் வெயிட் பண்றோம்,

அண்ணாச்சி இந்த கடைல ட நல்லா இருக்கும்,

பொங்கல் சூப்பரா இருக்கும்,

சாயந்திரம் இங்க போலியும் சுண்டலும் கொடுப்பாங்க பாருங்க.

எப்படியோ உருட்டி பிரட்டி ஒரு வழியாக தன் மகன் குமரனை சிவில் இன்ஜினியர் ஆக்கிவிட்டார். இன்று அவன் சிறு சிறு வீடுகளாக கட்டிவருகிறான்.

அருண் குமாருக்கு தற்போது 41 வயது. 23 வயதில் தாய் தந்தையை இழந்ததும் மும்பையில் பைனான்ஸ் கம்பெனியில் கேஷியர் வேலைக்கு சேர்ந்தான், 26 வயதில் மும்பையில் கல்யாணம், 27 வயதில் ஒரு ஆண் குழந்தையைப் பெற்றெடுத்தான், 28 வயதில் ஒரு பெண் குழந்தையைப் பெற்றெடுத்தான். 34 வயதில் ஒரு நாள் மட்டும் கோவில்பட்டிக்கு தன் சொந்த வீட்டை விற்க வந்தவன். இன்று தன் சொந்த நிலம் ஆறு சென்ட் இடத்தை விற்பதற்காக மும்பையில் இருந்து கோவில்பட்டி வந்து கொண்டிருக்கிறான், அருண்.

பயணத்தின் போது தன் பள்ளி நண்பர்களை பற்றியும், பழைய காதலி அபிநயாவையும் நினைத்து பார்த்தான். அபிநயாவிற்கு முன் காதலித்த காயத்ரியையும் நினைத்து பார்த்தான், அவள் அண்ணனிடம் அடி வாங்கியதையும் நினைத்து பார்த்தான். அந்த அடியால் பதினொன்றாம் வகுப்பில் பள்ளி மாறியதையும் நினைத்து பார்த்தான். அரவிந்திலிருந்து நட்பு ஜஸ்டினிடம் மாறியதையும் நினைத்து பார்த்தான். அதன் பின்பு காயத்ரி அவனுடைய காதலி அல்ல, அபிநயாதான் அவனுடைய காதலி.

உங்களுடைய முன்னாள் காதலி யார் என்று ஒரு முறை தன் மனைவி கேட்ட போதுக் கூட அபிநயா என்று தான் கூறினான்.

இவர்கள் இப்போ எப்படி இருப்பாங்க, போன தடவை தான் யாரையும் பார்க்க முடியல, இந்த தடவையாவது எல்லாரையும் பார்த்துவிட வேண்டும் என்று நினைத்தான்.

கோவில்பட்டியில் தனக்கு இப்போது இருக்கும் ஒரே சொந்தம் தன் சித்தப்பா கத்தி பாண்டியன் தான். கத்தி பாண்டியன் தான் தன் வீட்டையும் விற்றுக் கொடுத்தார்.

தன் சித்தப்பா வீட்டுக்கு வந்ததும் அருண் தன் இடத்தை ஒரு முறை நேரில் பார்த்தான். பின் நண்பர்களைப் பார்க்க முக்கு கடைக்குச் சென்றான்.

முக்குக்கடையில் எந்த நேரமும் மக்கள் கூட்டம் இருந்து கொண்டே தான் இருக்கும். காரணம், மெயின் ரோட்டின் முக்கில் இருப்பதாலும், அனைவரின் கவனத்தை ஈர்த்ததாலும், தேநீரின் சுவையாலும், வடைக்கு கொடுக்கப்படும் மல்லி சட்னி மற்றும் சாம்பாருக்காகவும் கூட்டம் இருந்து கொண்டே இருக்கும். இந்த கடையில் தான் பள்ளி படிக்கும் காலத்தில் நண்பர்கள் அரவிந்த், ஐசக், ஜஸ்டின் மற்றும் கமலேஷ் உடன் மாலை நேரங்களைக் கழிப்பான் அருண். அருண் வந்ததும் ஐசக், சிவா, கமலேஷ், அரவிந்த் வந்தார்கள் ஜஸ்டின் வரவில்லை. ஆம் ஜஸ்டினுக்கும் அருணிற்கும் சண்டை.

பள்ளியில் பன்னிரெண்டாம் வகுப்பு படிக்கும் பொழுது இருவருக்கும் சண்டை வந்தது. அந்த சண்டையிலிருந்து, இருவரும் பேசிக் கொள்ள மாட்டார்கள். இவன் கல்யாணத்திற்கு அவனைக் கூப்பிடவில்லை. அவன் கல்யாணத்திற்கு இவனைக் கூப்பிடவில்லை. அப்படி என்ன பெரிய சண்டை?? பெரிய சண்டை எல்லாம் இல்லை, சின்ன சண்டை தான். பள்ளியில் பதினொன்றாம் வகுப்பில் புதிய

மாணவியாக வந்து சேர்ந்தவள் தான் அபிநயா. அபிநயாவைப் பார்த்ததும் அருணிற்கு காதல் வந்தது. அபிநயா வீட்டின் அருகில் இருப்பவன் ஜஸ்டின் என்பதால் அபிநயா ஜஸ்டினிடம் சகஜமாகவே பழகுவாள். பாசத்தோடும் சில விஷயங்கள் ஜஸ்டினுக்கு செய்வாள். அபிநயாவிற்கும் அருணைப் பிடிக்கும், அருண் தன் பழைய காதலை அபிநயாவிடம் கூறி அவளை காதலிக்க வைத்தான்.

அபிநயா ஜஸ்டினை ஒதுக்கியது இல்லை. ஒரு தடவை அருண் ஜஸ்டினிடமே நேரடியாகக் கூறினான், அபிநயா கூட பேசாத என்று. அதற்கு ஜஸ்டின் ஏடாகூடமாக பதில் அளித்தான், பேச்சு வார்த்தையில் ஆரம்பித்த சண்டை அடிதடியில் முடிந்தது. பின் அந்த வழியாகச் சென்ற ஒரு காவலர் அவர்களைத் தடுத்தார்.

காவலர் வந்ததும் சுற்றி நின்று கொண்டு இருந்த நண்பர்கள் திசை தெரியாமல் ஓடி சென்றனர். ஜஸ்டினும் அருணும் சண்டை போட்டுக் கொண்டிருந்தனர்.

இங்க ஏன்டா நிக்கிறீங்க?

எதுக்குடா சண்டை? என்று கேட்டார் காவலர்.

அமைதியாக இருந்தனர், இருவரும்.

டியூஷனுக்கு முன்னாடி யாரும் நிக்க கூடாதுன்னு ஏற்கனவே சொல்லி இருக்குதுல.

இருவரின் பெற்றோர்களிடமும் கூறினார். அதன்பின் இருவரும் பேசிக் கொள்ளவே இல்லை இன்று வரை, ஒரு முறை அருணின் தாய் தந்தை இறப்பிற்கு வந்தான் ஜஸ்டின், பார்த்துக் கொண்டனர், ஆனால் பேசிக் கொள்ளவில்லை.

முக்குக்கடை தற்போதும் அதே அளவிற்கு கூடும் கூட்டத்தைக் கண்டு அருண் வியந்தான். நண்பர்களுடன் பழைய நினைவுகளை பகிர்ந்து கொண்டும் தேநீர் அருந்திக் கொண்டுமிருந்தார்கள்.

இவ ஏண்டா பேசவே மாட்டிக்கிறான் என்று அரவிந்தை காமித்து மற்ற நண்பர்களிடம் கேட்டான்.

என்னடா அரவிந்தா கவர்மெண்ட் வேலை பொண்டாட்டி பிள்ளைங்கனு செட்டில் ஆயிட்ட போல, பேசவே மாட்டிக்கிர என்றான் அருண்.

அரவிந்த் அரசாங்க வேலை, மனைவி குழந்தை என்று இருந்தால் முன்னாள் இருந்த கலகலப்பு இப்போதில்லை.

என்னடா கவர்மெண்ட் வேலை, நிம்மதியா ஒரு ஃபாரின் போக முடில ஒரு பாஸ்போர்ட் எடுக்குறதுக்கு அந்த கேஸ், இந்த கேஸ், அந்த ஸ்ட்ரைக், இந்த ஸ்ட்ரைக்குன்னு ஒரு பாஸ்போர்ட்

தரமாட்டேங்குறாங்க என் பிரச்சனை எனக்குத் தான் தெரியும், என்றான் அரவிந்த்.

ஜஸ்டின் இரு சக்கர வாகனத்தில் தன் மகளுடன் அந்த வழியாக வந்து கொண்டிருந்தவன், நண்பர்களைப் பார்த்ததும் நின்றான். ஏண்டா எல்லாரும் ஒண்ணா இருக்கீங்க என்ன கூப்பிடவே இல்லை என்று பொதுவாக கேட்டான். நீ எப்படாவந்த? சொல்லவே இல்ல நீ வந்தத, என்று அருணிடம் கேட்டான் ஜஸ்டின். நான் நல்லா இருக்கேன்டா, நீ எப்படி இருக்க? இது உன் பொண்ணா? என்று நலம் விசாரித்தபடியே பழைய நினைவுகளைப் பகிர்ந்தனர்.

தெப்பக்குளம், தேரோட்டம், செந்தில் சார் டியூஷன், ஐயமூர்த்தி சார் டியூஷன், ஐ.சி.ஐ டியூஷன், அந்தோனி அண்ணன் கடை, கோர்ட் கிரவுண்டு, ஒரு ரூபாய் குல்பி ஐஸ், ஸ்கவுட் மைக்கேல் என்று பேச ஆரம்பித்து கடைசியில் அபிநயாவில் முடித்தனர்.

அபிநயா எப்படி இருக்கா என்று கேட்டான் அருண்.

அவளுக்கு என்ன அவ நல்லாதான் இருக்கா. நீ நிக்கிறதே அவ கடைல தாண்டா.

என்னடா சொல்ற?

முக்குகடைக்காரர் மகனுக்கு தான் அபிநயாவ கொடுத்திருக்காங்க, உங்களுக்கு தெரியாதா என்ன?

நீங்க யாரும் இவன் கிட்ட சொல்லலையா?. என்று நண்பர்களைப் பார்த்துக் கேட்டான் ஜஸ்டின்.

அப்படியா இப்ப அபிநயா எங்க இருக்கா? என்று கேட்டான் அருண்.

அபிநயா ஹாஸ்பிட்டல்ல இருக்காடா, ரெண்டு குழந்தைகளை கையிலையும், ஒரு குழந்தைய வயித்துலையும் சுமந்துட்டு இருக்கா என்று கூறினான் ஜஸ்டின்.

அப்படியா அப்பனா போய் பார்க்கலாமாடா என்றான், அருண்.

நான் வரலப்பா என்றான் ஜஸ்டின்.

டேய் போய் பாக்கலாம்டா இதுக்கு அப்புறம் என்னைக்கு வருவேன்னே தெரியல, இப்பவே பார்த்தால் தான் உண்டு என்று கூறினான் அருண்

மறுநாள் காலை பத்து மணியளவில் ஜஸ்டின் மற்றும் அருண் இருவரும் மருத்துவமனைக்குச் சென்றனர்..

ஜஸ்டின் வருவதைக் கண்டு மெல்லமாக எழுந்து உட்கார்ந்த அபிநயா, வா ஜஸ்டின் வா நாங்கலாம் இப்போதான் உன் கண்ணுக்குத் தெரியுதா என்றாள்.

அத விடு இது யார்னு தெரியுதா?.

தெரியலையே, என்றால் அபிநயா.

இது நம்ம அருண் என்றான் ஜஸ்டின்.

என்னது அருணா?.

ஆளே தெரியல எப்படி இருக்க அருண்? என்றாள் அபிநயா.

நல்லா இருக்கேன் நீ எப்படி இருக்க? என்று அருண் பல வருடங்களுக்குப் பிறகு தன் பழைய காதலியின் குரலைக் கேட்டதும் மிகவும் சந்தோஷம் அடைந்தான். அருண் தன் குடும்பத்தைப் பற்றி கூறினான். அவளும் தன் குடும்பத்தைப் பற்றி பேசிக் கொண்டிருந்தாள், அம்மா மெடிக்கல் போயிருக்காங்க, பசங்க இங்க தான் விளையாடிக்கிட்டிருந்தாங்க. இங்க தான இருந்தாங்க பசங்க என்று கூறிக் கொண்டே., டேய் பசங்களா என்றால் அபிநயா.

அடுத்ததாக அபிநயா தன்னுடைய குழந்தைகளின் பெயரைத்தான் குறிப்பிட்டு கூப்பிடப்போகிறாள் என்று உணர்ந்த அருண் தன் பெயராக இருக்குமோ என்று எண்ணினான். இரண்டு குழந்தைகள் என்பதால் மூத்த பிள்ளைக்குத் தன் பெயரை வைத்து இருப்பாள் என்று எண்ணினான், அருண்.

மேல் சுவரில் ஓடிய காத்தாடி சத்தம், அருகிலே இருந்த பேருந்து நிலையத்தின் சத்தம், பக்கத்து அறையில் இருந்த குழந்தையின் அழுகை குரல், வயதான தாத்தாவின் உயிர் பிரிந்ததும் சொந்தங்கள் வைத்த ஒப்பாரி என்று சுத்தி கேட்ட எந்த சத்தமும் அருணின் காதுகளுக்குள் நுழையவில்லை, இரண்டு காதுகளும் செவுடானது. அருண் அபிநயாவின் உதடுகளை மட்டுமே உற்று நோக்கினான், அவள் வாயிலிருந்து என்ன வார்த்தை வருகிறது என்று எதிர்பார்த்துக் கொண்டிருந்தான். அபிநயாவின் உதடுகள் அசைய ஆரம்பித்தது.

ரா ஆ ஆ ஆ ஆ ஆ ஆ ஆ ஆ ஆ ஜ ஏ ஏ ஏ ஏ ஏ ஏஏஏஏஏஏஏஏஏஷ்

ர அ அ அ அ அ அ அ அ அ அ மே ம ஏ ஏ ஏ ஏ ஏ ஏஏஏஏஏஏஏஏஏஷ்

இங்க வாங்க என்றாள்.

ராஜேஷ் ரமேஷ் என்ற பெயர் மட்டுமே அருணின் செவிகளில் விழுந்தன. இருவரும் வந்ததும் பசங்க நல்லா இருக்காங்க என்று கூறிய அருண் என் பெயரை வச்சிருப்பியோனு நினைத்தேன் என்றான்.

ஜஸ்டின் முழித்தான், இவன் இன்னுமா மாறாம இருக்குறான்.

உன் பெயர வைக்கலாம்னு தா நினைச்செ என்று இழுத்த அபிநயா.

ராஜேஷ் ரமேஷ் கோச்சிக்குவாங்கல அதான் அவங்க பெயர வச்செ என்றாள், ஐஸ்டின் சிரிக்க ஆரம்பித்தான்.

ஐஸ்டின் அறையில் இருந்து வெளியில் வரும் பொழுதும் சிரித்தான்.

வண்டியை ஸ்டார்ட் செய்யும் போதும் சிரித்தான்,

மருத்துவமனையில் இருந்து வெளியில் வரும் பொழுதும் சிரித்தான், பைக்கில் இருவரும் செல்லும் பொழுதும் சிரித்தான்.

ஐஸ்டினுக்கு சிரிப்பை அடக்க முடியவில்லை, அருணும் சேர்ந்து சிரிக்க ஆரம்பித்தான், வண்டியை மரத்தின் அடியில் நிறுத்தி விட்டு இருவரும் சிரிக்க ஆரம்பித்தார்கள் இருவரும் மாறி மாறி சிரித்துக் கொண்டிருந்தார்கள்.

இதுக்கே இப்படி சிரிக்கிறியே இவளுக்கு மாப்பிள்ளை பார்த்தது யாருன்னு தெரியுமா? என்றான் ஐஸ்டின்.

யாருடா?

உங்க சித்தப்பா கத்தி பாண்டியன் தான் என்றான் ஐஸ்டின்.

ஜஸ்டின் சொன்னதை கேட்டதும் அப்படியா அவர் அவங்க கிட்டயும் அதே பொய் தான சொல்லிருப்பாரு.

எந்த பொய்?

இந்த இடம் நல்ல இடம்.

ஏற்கனவே ரெண்டு பேர் பாத்துட்டு போய்ட்டாங்க.

சீக்கிரம் முடிங்கனு.

என்று அருண் சொன்னதும், ஜஸ்டின் மேலும் சிரிக்க ஆரம்பித்துவிட்டான்.

அருணிற்கு சித்தப்பாவிடம் இருந்து அழைப்பு வந்தது,

டேய் மவனே எங்கடா இருக்குற? சீக்கிரம் வாடா. பார்ட்டி நல்ல பார்ட்டி இந்த தடவ விட்டா அப்புறம் இடத்த விக்க முடியாது என்ற வாரே நரைத்த மீசையை முறுக்கியவாரே கட் செய்துவிட்டார்.

கத்தி பாண்டியனின் இன்றைய பொய் கணக்கு முடிந்துவிட்டது.

ஆயிரம் பொய் சொல்லியாவது இடத்த விக்கனும்.

***

5

ராஜீவ் காந்தி மளிகை கடை

பரிட்சை முடிந்த கையுடன் தன் பையை தோளில் மாட்டிக் கொண்டு சைக்கிளை எடுத்து வேகமாகச் செல்ல ஆரம்பித்தான் முரளி.

டேய் முரளி இருடா நாங்களும் வாரோம் என்று கத்தினார்கள் அவனுடன் ஆறாம் வகுப்பு படிக்கும் மாணவர்கள். நண்பர்கள் யாருக்கும் செவி சாய்க்காமல் வேகமாக மிதித்தான் மிதிவண்டியை, கல்லிடைக்குறிச்சி அரசு பள்ளியில் இருந்து.

கல்லிடையில் இருந்து ஐந்து கிலோமீட்டர் தொலைவில் உள்ள மேற்கு குளம் தான் இவர்கள் சொந்த ஊர். இவர்கள் எல்லோரும் விவசாயக் குடும்பத்தைச் சேர்ந்தவர்கள்.

டேய் ராமையா, ராஜீவ் காந்திக்கு வெள்ள பெயிண்ட் அடி, மளிகை கடைக்கு மஞ்ச பெயிண்ட் அடி சரியா? என்றார் பாபனாசம்.

சரினே,,,

ஐயா இறந்து நாலு மாசம் ஆகுது, அவர் நியாபகமா எதாது பன்னனும்னு தோனிக்கிட்டே இருந்துச்சு அதான் மளிகைக் கடைக்கு அவர் பெயரையே வச்சுட்டேன், என்றார் பாபனாசம்.

பாபனாசம் தன் வீட்டின் முன் புறத்தில் ஒரு பகுதியில் மளிகைக் கடை வைத்துள்ளார். தன் மனைவி ஜக்கம்மாவுடன் கவனித்து வருகிறார். அந்த கடை தான் மேற்கு குளத்திற்கு தபால் நிலையம், வங்கி, சந்தை, பேருந்து நிறுத்தம், அடையாளம் எல்லாமே அந்த கடை தான்.. ஊர் மக்கள் தங்கள் வீட்டில் தயாரிக்கும் அப்பளங்கள், வத்தல், மிட்டாய்கள், முருக்குகள், எல்லாவற்றையும் கடையில் கொடுத்து காசாக மாற்றிக் கொள்வார்கள். பேருந்தில் இருந்து வரும் மூட்டைகளுக்கும் அது தான் இறக்குமிடம். சிலர் வீட்டுத் தோட்டத்தில் பூத்த மல்லி பூக்களை கட்டி முடித்தவுடன் கடையில் கொடுப்பார்கள், பின் ஜக்கம்மா எட்டு மணிக்கு கல்லிடைக்குச் செல்லும் பேருந்தில் பூக்கடைக்கு கொடுத்துவிடுவாள்.

பாபனாசத்தின் தந்தை கணபதி மளிகைக் கடை வாசலிலே சைக்கிளுக்கு பஞ்சர் ஒட்டும் கடை வைத்துள்ளார். கணபதி, ஒல்லியான உடம்பு தான் ஆனால் பலமாக இருப்பார். எப்போதும் வயிற்றில் ஒரு பெல்ட் அணிந்திருப்பார். அதில் ஒரு கத்தி

சொருகப்பட்டிருக்கும். அந்த கத்தி சிங்கம்பட்டி ஜமீன் அவருக்கு பரிசாக அளித்தது.

முரளியை கடைசியாக மளிகைக்கடைக்கு சென்று ஏற்றிக்கொண்டு பள்ளிக்கு செல்வது தான் வழக்கம்.

அன்றுக் காலையும், நண்பர்கள் ஒன்றாகச் சேர்ந்த பின் மளிகை கடைக்கு வந்து, முரளி வந்தானா? என்று பேருந்துக்காக காத்திருக்கும் சிறுவர்களிடம் கேட்டார்கள் முரளியின் நண்பர்கள் இன்னும் வரல என்றார்கள்.

இன்னைக்கு கணக்கு பரிட்சை வேற, இதே வேலையா போச்சு, இன்னைக்கு மட்டும் கிணத்து பக்கத்துல நின்னுகிட்டிருந்தானா அவனை அப்படியே ஒரு மிதிதான் உள்ளையே போய்டுவான் என்றான் கணேஷன்.

முரளி கிணற்றில் சிறுவர்களுடன் சேர்ந்து மீன் பிடித்து விளையாடிக் கொண்டிருந்தான்.

மீன் பிடிக்கத் தெரியாம ஏன்டா இங்கலாம் வாரிங்க? உங்களுக்கு இதுல தூண்டில் வேறயாடா? என்று சிறுவர்களை மிரட்டிக் கொண்டிருந்தான்.

நண்பர்கள் வருவதைப் பார்த்து கையில் வைத்திருந்த நரம்பை கீழே போட்டு விட்டு அவர்களுடன் சைக்கிளில் ஏறினான்.

பள்ளிக்கு போகும் வழியில் பருத்திமாரை தலையில் சுமந்து கொண்டு வயதான பெண்மணிகள் சென்றனர். அவர்களைப் பார்த்து கிழவி வழிய விடுங்க என்று கத்தினான் முரளி.

பதிலுக்கு கிழவிகள் யாரடா கிழவின்னு சொல்ற...உங்கப்பன்ட போய் கேளு கிழவியாம்ல கிழவி....சுளுக்கெடுத்துவிட்டுடு வேண்டா டேய்...

தாள்களைக் கிழித்துப் பறக்கவிட்டவாரும், பாட்டுப் பாடிக் கொண்டும், அட்டையிலும், கைப்பிடிகளிலும், தாளம் போட்ட வாரே சென்றார்கள். முரளி தான் பாட்டு பாடுவான்.

மேகத்தோடு மல்லுக் கட்டி மழையைக் கொண்டு வந்தோமே.

ராகத்தோடு பாட்டுப் பாடி வயலில் குதித்தோமே....

தாகத்தோடு போட்டிப் போட்டு கிணத்தில் குளித்தோமே.....

காகத்தோடு பறக்க ஆசைப்பட்டு மலைமேல் ஏறிப் பறந்தோமே....

தக்கத்தக்க தாளம் தான் மேளம் போட்டு ஆடலாம்.

நிக்கநிக்க தோமதம் தான் கையை விட்டு ஓடலாம்.

இப்படி தான் வாய்க்கு வந்த மாதிரி ஏதாது பாடிக்கிட்டே இருப்பான்.

பின் பள்ளிக்குச் சென்றனர், பரிட்சை எழுத ஆரம்பித்தனர்.

மளிகைக் கடையில் ஜக்கம்மா இருந்தாள்.

பேருந்தில் இருந்து ராஜீவ் காந்தி மளிகை கடையில் இறங்கினான், பாண்டியன் தன் கூட்டாளிகளுடன். வயது முப்பத்திரண்டு இருக்கும், கருத்தமீசை, கருத்ததாடி, கட்டம் போட்ட லுங்கியுடன் இருந்தான் பாண்டியன்.

இறங்கியதும், கணபதி அவர்களைப் பார்த்து.

ஐயா இங்க ராமர் தோட்டம் எங்க இருக்குது என்று கேட்டான்.

அப்படியே மேற்க போனினா அரமெல்ல வரும்.

பாண்டியனின் கண்கள் கணபதியின் கத்தியை நோட்டமிட்டவாரே, சரிங்கையா, வாரோம் என்றான்.

செத்த நின்னினா மாட்டு வண்டி வரும் ஏறி போங்க.

இல்லையா நடந்தே போறோம்..

சரிபோங்க.

என்ன பாண்டி இந்த ஊர்ல ஒரு நூத்தம்பது வீடு இருக்குமா? என்று பொய்யாலி கேட்டான். கூட்டாளிகள் இரண்டு பேர் அமைதியாக நடந்து வந்து கொண்டிருந்தார்கள்.

இருக்கும் பொய்யாலி.

எல்லாமே கார வீடு தான் போல.

ஆமாயா. வீடு எதும் வாங்க போறீயா?

இல்லயா சும்மா கேட்டேன்.

அப்பனா வாய மூடிட்டு வால.

பாண்டியாஆஆஆஆ..

இந்த தோட்டம்னு தான் நினைக்குறேன். அங்க நிக்குறது ராமர் மாமா தான். வாங்கல உள்ள போவோம், என்றான் பாண்டியன்.

பாண்டியின் கூட்டம் உள்ளே சென்றது,

வாங்க மருமகனே, வாங்க. என்று பாண்டியைப் பார்த்து கேட்டு. மற்றவர்களை வாங்கையா வாங்க என்றார் ராமர்.

மருமகனே எந்த வண்டிக்கு வந்தீங்க.

எட்டு மணி வண்டிக்கு மாமா.

ஆஷுடநாயகம் வரலையா? மருமகனே.

வரலமாமா. ராஜீவ்காந்தி ஐயா கூட்டத்துக்கு நாலு வண்டி அனுப்பிருந்தாரு. ஐயா இறந்ததும் துக்கம் தாங்காம அங்க இருந்த வண்டியெல்லாம் உடைச்சுட்டாங்க. அதுல அவர் நாலு வண்டியும் சுக்கு நூறாயிடுச்சு. அது விஷயமா மெட்ராசுக்கு போயிருக்காரு.

ஓ அப்படியா செய்தி. அப்போ இன்னொரு தடவ அவர் வந்து பாக்கணுமோ.

அதெல்லாம் வேண்டாம் மாமா. இவன் தா பொய்யாலி அவரோட மச்சான். இவன் பாத்தா போதும்.

அப்போ ரொம்ப நல்லதா போச்சு தம்பி, இங்க தென்ன இருக்கு, மாங்கா இருக்கு, நெல்லிக்கா அந்த பக்கம் இருக்கு வாழை இப்ப தான் போட்டுருக்குது. கிணறு இருக்குது. இந்த தோட்டத்த வித்துட்டு என் மகள கல்யாணம் கட்டிக் கொடுத்துட்டு, மீதி இருக்குர பொழுத கழிச்சரலாம்னு இருக்குறோம்.

சரி மாமா. பொய்யாலி பாத்துக்குவான் அதெல்லாம்.

நீங்க அவன கூட்டிட்டு போய் சுத்தி காமிங்க நாங்க ராவுக்கு ஊர்ல இருக்கனும்.

என்ன மருமகனே இப்படி சொல்லிட்டீங்க வராதவக வந்துரீக்கீங்க. இன்னைக்கு இங்க தங்கி நாளைக்கு போனா போதும்.

என்ன பொய்யாலி சொல்ற? இங்க தங்கலாமா?

பாண்டி இருந்தே போவோம்யா. நம்ம ஊர்ல இந்த மாதிரி தோட்டம்லாம் பாக்குறது ரொம்ப சிரமம். அதனால ஒரு நாள் இருந்தே போவோம்.

சரி மாமா. நாளைக்கு காலைலயே கிளம்புறோம்.

தோட்டத்தை ராமருடன் பொய்யாலி மற்றும் கூட்டாளிகள் சுற்றி பார்த்துக் கொண்டிருந்தனர்.

பள்ளியில் பரிட்சை முடிந்த கையுடன் தன் பையை தோளில் மாட்டிக் கொண்டு சைக்கிளை எடுத்து வேகமாகச் செல்ல ஆரம்பித்தான் முரளி.

டேய் முரளி இருடா நாங்களும் வாரோம் என்று கத்தினார்கள் அவனுடன் ஆறாம் வகுப்பு படிக்கும் மாணவர்கள். நண்பர்கள் யாருக்கும் செவி சாய்க்காமல் வேகமாக மிதித்தான் மிதிவண்டியை, கல்லிடைக்குறிச்சி அரசு பள்ளியில் இருந்து.

ஓடைப்பாலத்தை தாண்டியதும் ரோடு பிரியும் இடத்தில் நின்று தன் பின்னாடி நண்பர்கள் யாரும் வருகிறார்களா என்று பார்த்தான், முரளி. யாரும் வரவில்லை, அண்ணாந்து பார்த்தான் சூரியனின்

வெப்பம் மதியான வெயில் வேர்வையைத் தர, அதை துடைத்து விட்டு வலது பக்கம் சைக்கிளைத் திருப்பி வேகமாகச் சென்றான். இரண்டு மாந்தோப்புகளையும், ஒரு தென்னந்தோப்பையும், இரண்டு வாழைதோப்புகளையும் கடந்தான் ஒரு மேட்டில் பெரிய ஆலமரம் இருந்தது, அதில் மந்திர மூர்த்தி என்ற மந்திரவாதி இருந்தார். அவர் மந்திரவாதியா, சூனியக்காரரா, குறிசொல்பவரா என்று அந்த ஊரில் உள்ளவர்களுக்கே தெரியாது. ஆனால் பொதுவாக அவரை சாமியார் என்று அழைப்பார்கள். அவர் அருகே சென்றான், முரளி.

சாமி எந்திரிங்க சாமி.

சாமி எந்திரிங்க சாமி.

சாமி எழுந்தார்.

யாருப்பா நீ?

சாமி நான் கல்லிடை பள்ளிகூடத்துல ஆறு படிக்கிறேன். என் பெயர் முரளி.

முரளியா என்ன வேணும்ப்பா?

நான் இன்னைக்கு எழுதின பரீட்சைல பாஸ் ஆகணும் சாமி. பயமா இருக்குது சாமி. நீங்க தான் அருள் தரணும் என்றான்.

எது அருள் தரணுமா?? மதியம் 2:00 மணிக்கா.

போடா தம்பி.

ஏன் இப்போ சாமி தூங்குமா.

சாமி தூங்காது, நான் தூங்கனும் நீ போயிட்டு சாயங்காலம்வா.

சாயங்காலம் அம்மாவிட மாட்டாங்க சாமி.

சரி பத்தி கொண்டு வந்து இருக்கி யா??

பக்தியோட வந்திருக்கேன் சாமி.

அது சரி. எந்த தெரு?.

முத்தையன் சேர்வை தெரு.

அங்கிருந்தா வாரா??.சரி. அந்த பத்தி பாக்கெட் எடு என்றார் சாமி.

முரளி அங்க இருந்த ஒரு மரப்பெட்டியைத் திறந்தான், பெட்டியில் 4 எலுமிச்சம்பழம், விபூதி ஒரு கிண்ணத்திலும், குங்குமம் ஒரு கிண்ணத்திலும், விபூதியும் சந்தனமும் கலந்த மாதிரி தூள்கள் ஒரு கிண்ணத்திலும், சின்ன டப்பாக்கள் கொஞ்சம் இருந்தன. ஒன்றில் மனிதன் முடியும், இன்னொரு டப்பாவில் ஒரு பிடி மண்ணும் அது யாரோட காலடி மண்ணோ தெரியவில்லை, இன்னொரு டப்பாவில் சட்டை பட்டனும் இருந்தது. அது போக 2 வெறும் டப்பா இருந்தது. மரப்பெட்டியின் மூடியில் பத்தி கட்டும், கிழித்து வைத்த பேப்பர்கள், மற்றும் சில மனிதர்களின் கையெழுத்து போட்ட பேப்பர்களும் இருந்தது. பத்தியை எடுத்துக் கொடுத்தான், முரளி.

சாமி பத்தியை பத்த வைத்து கண்ணை மூடி இரண்டு நிமிடங்களில் சாமிக்கு அருள் வந்தது. என்ன வேணும் கேளு என்றார் சாமி.

இன்னைக்கு பரீட்சையில பாஸ் ஆகணும், சாமி.

ஒரு நாப்பது வினாடி மந்திரங்களைக் கூறி விட்டு. பாஸ் ஆயிடுவ மார்க் வந்ததும் சாமிக்கு நாலு எலுமிச்சம்பழம் காணிக்கையா கொண்டு வா என்றார்.

சாமி அப்படியே இன்னொரு உதவி என்று இழுத்தான்.

என்ன?

சாமி. நாளைக்குப் பரீட்சைக்கு என்ன கேள்வி வரும் என்றான்.

நீ படிக்காமலே பாஸ் ஆகணும்னு நினைக்காத தம்பி, என்றார் சாமி.

இல்ல சாமி நாளைக்கு கஷ்டமான பரிட்சை அறிவியல். அதான் நீங்கப் பார்த்து ஏதாவது செஞ்சீங்கன்னா, பரீட்சை முடிஞ்சதும் இன்னொரு நாலு எலுமிச்சம்பழம் வாங்கிட்டு வந்துருவேன் சாமி என்றான்.

அத சாமி சொல்லட்டும்பா, நீ சொல்லாத.

இன்னும் ரெண்டு பத்தி எடு.

சாமி பத்தியை பற்றவைத்ததும் கண்களை மூடி ம்ம்ம் சுகம் சுகம் வரும் பம் பம் டப்பர் ரப்புரப் 6, 23, 34, 39, 48 இதை யெல்லாம் படிச்சுக்கோ என்றார், சாமி.

முரளிக்கு ஒன்னும் புரியயவில்லை, சாமி சாமி திரும்பிச் சொல்லுங்கள் என்றான்.

6, 23, 34, 39, 48 என்று கூற தன் கையில் எல்லா எண்களையும் எழுதினான். இதைப்படி நீ முதல்ல வந்திடுவ என்றார், சாமி.

என்னடா இது என்னென்ன கேள்வினு கேட்டா. சாமி வாட்டுக்கு நம்பரா சொல்லிட்டாரு என்று மனதிற்குள் புலம்பிக் கொண்டே வீட்டிற்குச் சென்றான்.

மாலை சூரியன் மறைய ஆரம்பித்தது.

மேயச் சென்ற காளைமாடுகள் தொழுவை நோக்கிவந்து கொண்டிருந்தன.

மேகங்கள் கருக்க ஆரம்பித்தன.

கல்லிடையில் இருந்து பால்காரர்கள் பால் கறக்க மேற்கு குளம் வந்தனர்.

ஊர் மக்களில் சிலர் மளிகைக்கடையில் விற்பனைக்குக் கொடுத்த பொருட்களுக்குக் காசு வாங்கச் சென்று கொண்டிருந்தனர்.

மாலை ஆறு மணிக்குப் புத்தகத்தை எடுத்து மந்திரமூர்த்தி கூறிய கேள்வி எண்களை தேட ஆரம்பித்தான், முரளி. சாமி கூறிய எண்களுக்கும் கேள்விகளுக்கும் சம்பந்தமே இல்லை, என்பதை உணர்ந்த முரளி, பக்கங்களைத் திருப்பி கொண்டிருந்தான் கண்ணில் பக்கம் 23 பட்டது. அது ஒரு தலைப்பு, பெரிய கேள்விக் கான தலைப்பு. பின் மீதி பக்கங்களைப் பார்த்தான் எல்லாம் பெரிய வினாக்களுக்கான பக்கங்கள். ஆஹா சாமி பக்கத்தோட எண்னை தான் கூறியிருக்கிறார் என்று தனக்குள் கூறிக் கொண்டு சாமி கூறிய எண்களின் பக்கங்களில் உள்ள வினாக்களைப் படித்தான். பின் தன் நண்பர்களிடம் இதைக் கூறலாம் என்று வெளியில் கிளம்ப நினைத்த அவனுக்கு, பரீட்சை நேரத்துல வீட்ட விட்டு வெளிய போனா, கால வெட்டி விடுவேன் என்று அவன் தந்தை கூறியது நினைவுக்கு வந்தது. அதிகாலை சீக்கிரமா போய் சொல்லலாம் என நினைத்துப் படிக்க ஆரம்பித்தான்.

ராமர் தோட்டத்தில் ராமர் இரவு விருந்து தயாரித்ததுக் கொண்டிருக்க, பாண்டி தன் கூட்டாளிகளுடன் ஊருக்குள் வந்தான்.

மதுசூதனன், ஒரு கோணிப்பை நிறைய பாட்டில்களுடன் பேருந்தில் இருந்து இறங்கினான். மளிகைக்கடை தெற்கே உள்ள மின் கம்பத்திற்கு கீழ் நின்று பாட்டில்களை விற்றுக் கொண்டிருந்தான்.

பாண்டி தன் கூட்டாளிகளுக்குச் சேர்த்து மொத்தம் ஐந்து பாட்டில்களை வாங்கினான்.

பெரியவர் கணபதி, மளிகைக் கடை வாசலில் கயித்துக் கட்டிலில் படுத்தார். ஏழுமணிக்குக் கடையை மூடுவதற்கு முன்னே, கண்களை மூடினார். கத்தி தலை மாட்டில் இருந்தது.

பாண்டி மளிகைக் கடையில் பட்டை ஊறுகாய் வாங்கிய பின், கணபதி ஐயாவின் கத்தியை ஆட்டை போட்டான், தோட்டத்திற்குச் சென்றான்.

தோட்டத்தில் மோட்டார் ரூம் மாடியில் ஆட்டுக்கறி, கோழிகறி, முயல்கறி விருந்தாகப் பரிமாறப்பட்டது, மது உள்ளே இறங்க ஆரம்பித்தது[1]. எல்லோரும் கிணற்றில் தெரிந்த நிலவை ரசித்தபடியே குதுகலமாக இருந்தனர்.

ஊரில் வீடுகளின் மின்விளக்குகள் அணைக்கப்பட்டன.

எட்டு மணிக்குக் கடையை சாத்தினாள், ஜக்கம்மா.

---

1 மது அருந்துதல் உடல் நலத்திற்கு கேடு விளைவிக்கும்.

வீட்டுக்கு உள்ளே செல்லும் போது கயித்துக் கட்டிலை பார்த்தாள்.

எவம் டேய்? அது என் மாமனாரு கத்திய ஆட்டைய போட்டது என்று ஊரை கூட்டினாள்.

வீட்டுக்குள் இருந்த பாபனாசம் வெளியில் வந்தார்.

ஊரில் வீடுகளில் அணைந்த மின் விளக்குகள் திரும்பி எரிந்தன.

யாரா இருந்தாலும் சரி, சும்மா விட மாட்டேன். வீட்டுல நான் இருக்கும் போதே களவாடிருக்கீங்கனா உங்களுக்கு என்ன நெஞ்சழுத்தம் இருக்கனும், என்று அவிழ்ந்த முடியை கொண்டை போட்டுக் கொண்டு கத்தினாள், ஜக்கம்மா.

தகவலைத் தெரிவிக்கத் தலைவர் கொம்பையா வீட்டுக்கு ஆள் சென்றது.

மளிகைக் கடையில் கூட்டம் கூடியது.

கிழடுகள் தரையில் அமர்ந்து பீடி பிடித்தனர்.

நண்பர்கள் முருகா, துரை, கணேஷ் மற்றும் சீனிசாமி ஒன்றாகச் சேர்ந்தனர், முரளியைத் தவிர.

———————————

2 புகை பிடிப்பது புற்று நோயை உண்டாக்கும் மற்றும் உயிரைக் கொல்லும்.

கொம்பையா மளிகைக் கடைக்கு வந்தார்.

ஊர் எல்லைகளில் காவல் போடப்பட்டது.

என்ன ஜக்கம்மா சின்ன கத்திக்குப் போய் இவளோ பிரச்சனை பண்ணுற, என்றார் கொம்பையா.

அண்ணே, அது ஒன்னும் சின்ன கத்தி இல்ல. உங்க சின்னையா எங்க மாமாக்கு பரிசா கொடுத்தது.

இன்னைக்கு இத களவாண்டவன், நாளைக்கு என் கடையில பொருள திருட மாட்டானா?.

அதெப்படி சும்மா விட்ருவோமா?.ஜக்கம்மா.

உனக்கு யார் மேலையாது சந்தேகம் இருக்குதா?

இல்லனே.. நீ சாணி வண்டிய கூப்பிடு.

சரித்தா.

ஜக்கம்மா வீட்டுல களவு போயிருக்கு, நாப்பது வருஷமா நடக்காத களவு இப்ப தான் நடந்திருக்கு. நாளைக்கு காலையில் ஊர்மக்கள் எல்லார் வீட்டு முன்னாடியும் மாட்டு வண்டி வரும், அந்த மாட்டுவண்டில ஒரு சட்டி சாணி அல்லி போடுங்க. களவாண்டவக சாணியோடு நீங்கக் களவாண்ட கத்தியையும் உள்ள வச்சு போடுங்க. சாணி இல்லாதவக மன்னை அள்ளி போடனும். இதான் நம்ம வழக்கம். அப்படி நீங்க பண்ணலைனா

ஜக்கம்மா என்ன பண்ணுவானு உங்களுக்கே தெரியும்.

சர்க்கார் வண்டிலாம் எல்லைக்குள்ள வராது.

இப்போ எல்லாரும் கிளம்புங்க என்றதும் மக்கள் கூட்டம் கலைந்தது.

ஜக்கம்மா உனக்குப் பொருள் வந்துடும் நீ எதும் பண்ணாதத்தா.

பொருள் வந்தாலும், வரலனாலும் நான் பண்ணத்தான் போறேன். என்று வீட்டிற்குள் சென்று விட்டாள்.

தகவல் மதுசூதனன் மூலம், ராமர் தோட்டத்திற்குச் சென்றது.

ராமரைய்யா அங்க ஜக்கம்மா பேயாட்டம் ஆடிட்டா, கத்திக்காக.

அந்த பொடி கத்திய போய் எவன்டே எடுத்தா? என்று ராமர் கேட்க.

இந்த கத்திக்கா அந்த ஜக்கம்மா இந்த கனகனைக்கிரா? என்று வேட்டியில் வைத்து இருந்த கத்தியைத் தரையில் வீசினான்.

மருமகனே நீங்களா அந்த கத்திய எடுத்தீங்க?

என்னனே நீதான் எடுத்தியா என்று மதுசூதனனும் கேட்டான்.

என்ன பாண்டியா வந்த இடத்துல இப்படியா பண்ணுவ? என்று பொய்யாலி கேட்டான்.

அட என்ன எல்லாரும் கேள்வி கேக்குறீங்க?. ஒரு ஜான் கத்திக்கு அந்த பொம்பள தான் இவ்ளோ ஆர்ப்பாட்டம் பண்ணுரானா? நீங்களுமா, என்றான் பாண்டி.

மருமகனே உங்களுக்கு அவளைப்பத்தி தெரியாது ரெண்டு வருஷத்துக்கு முன்னாடி இதே ஊர்ல குமாரலிங்கம்னு ஒரு ஆளு மளிகைக்கடை வச்சான். அத பொறுக்காத ஜக்கம்மா முட்டை மந்திருச்சு போட்டா, அடுத்த வாரம் அந்த ஆள் காலி கடையும் காலி.

என்ன மாமா சொல்றீங்க அவ்ளே மந்திரிப்பாளா?

அவ மந்திரிக்கமாட்டா மருமகனே. அந்த பக்கம் எல்லைல ஒரு ஆள் இருக்கான், மந்திரமூர்த்தி. அவன் தான் இந்த வேலையெல்லாம் பண்ணுவான். வெளியூர்லாம் போயி மந்திரிக்கமாட்டா. அவன் கிட்ட தான் போவா எதுனாலும். காலைல நீங்க கத்திய சாணி வண்டில போட்டுருங்க.

மத்ததெல்லாம் நான் பாத்துக்குறேன்.

சரிங்க மாமா.

பாண்டி எழுந்து மோட்டர் ரூம் மாடியில் நின்று கிணற்றில் இருந்த நிலவையே பார்த்துக் கொண்டு ஒரு சான் கத்திய எடுத்ததுக்கா இவ்ளோ பெரிய பிரச்சனை? ஊர் எல்லைய மூடுறாங்க, பஸ்ஸ உள்ள விடமாட்டேங்கிறாங்க. என்னடா நடக்குது?. சரியான ஊர்ல வந்து மாட்டிக்கிட்டோம், டோய். என்று தனக்குள் சொல்லி கொண்டான்.

நிலவு போய் சூரியன் வந்தது.

காலையில் எழுந்த முரளி படித்துக் கொண்டிருந்தான்.

மாட்டு வண்டி சாணி அள்ள சென்றது.

ஒரு ஐம்பது வீடுகளில் சாணி அள்ளப்பட்டது.

ஏய் எங்க போற இவளோ சீக்கிரமா? இரு ஊர் எல்லைய மூடிட்டாங்க, நானே உன்ன பள்ளில விடுறேன், என்று தன் தந்தைக் கூறியதும் வாசல் வரை சென்றவன் பின் வாங்கினான்.

மாட்டு வண்டி நூறு வீடுகளில் சாணி அள்ளியது.

நண்பர்கள் எல்லோரும் எல்லையில் முரளிக்காகக் காத்துக் கொண்டிருந்தனர். முரளி வரவில்லை. எல்லை காவலர்களால் சோதனை முடிந்ததும் எல்லையத் தாண்டினார்கள்.

ராமர் தோட்டத்திற்கு மாட்டு வண்டி சென்றது, வாலியில் கத்தியுடன் அள்ளிய மண்ணை மாட்டு வண்டியில் கொட்டினான், மது சூதனன் ராமர் தோட்டம் சார்பாக.

முரளி தன் தந்தையுடன் எல்லையில் காவலர்களின் சோதனைக்குப் பிறகு பள்ளிக்குச் சென்றான், நேரம் இல்லாததால் நேராகப் பரீட்சை அறையில் அமர்ந்தான். நண்பர்கள் அவனுக்கு முன்னே அமர்ந்திருந்தனர்.

பரீட்சையில் சாமியார் சொன்ன பக்கங்களில் இருந்த தலைப்புகளில் கேள்விகள் வந்தன.

அந்த ஆச்சரியத்தை அவனால் நம்ப முடியவில்லை. பரிட்சை நன்றாக எழுதி கொண்டிருந்தான். அவன் எழுதியதைக்கண்டு அவன் நண்பர்கள் ஆச்சரியப்பட்டனர். இவன் யாரையுமே பார்க்காமல் எழுதிக்கொண்டே இருந்தான்.

மாட்டுவண்டி கடைசியாக சீனிசாமியின் வீட்டில் சாணி அல்லியது. பின் ஓடைக்குச் சென்றது. ஜக்கம்மாவுடன் சில பெண்கள் குடத்திலிருந்த தண்ணியை மாட்டு வண்டியில் ஊற்றினார்கள். சாணி கரைந்து கத்தி கிடைத்தது.

எல்லைகள் திறக்கப்பட்டது.

ராமர் தோட்டத்தில் மதுசூதனன் இரண்டு தேங்காய் மூட்டைகளையும், ஒரு மாங்காய்மூட்டையும், ஒரு நெல்லிக்காமூட்டையும் மாட்டு வண்டியில் ஏற்றினான்.

மருமகனே இந்த மூட்டைய நீங்க எல்லாரும் பிரிச்சு எடுத்துக்கொங்க, அப்புறம் ஆவுடைநாயகத்திற்கும் கொடுங்க.

சரி மாமா வாறோம்.

மருமகனே ஒரு நொடி, ஒரு சான் கத்திய வச்சு ஜக்கம்மாவையே ஆட்டம் காமிச்சதால, நீங்க இன்னைல இருந்து வெறும் பாண்டியன் இல்ல மருமகனே, பாண்டியன் கத்திபாண்டியன், என்றார் ராமர்.

அன்று முதல் எல்லாராலும் கத்திபாண்டியன் என்று அழைக்கப்பட்டான்.

பரீட்சை முடிந்து வெளியே வந்ததும் நடந்த கதை அனைத்தையும் கூறினான், முரளி. அவனை யாரும் நம்பவில்லை. நீங்கள் என் மீது நம்பிக்கை இல்லை என்றால் என்னோடு வாங்க என்று கூட்டிக் கொண்டு கிளம்பினான்.

நண்பர்கள் ஒன்றாக பள்ளியில் இருந்து கிளம்பினர், எல்லை அருகே வந்தனர்.

கணபதி தாத்தா கத்தி கிடைச்சுருச்சு போல எல்லை தொரந்திருக்கு என்றார்கள் நண்பர்கள்.

கத்திபாண்டியன் சென்ற மாட்டு வண்டி எல்லையைக் கடக்க, முரளி நண்பர்களுடன் எல்லைக்குள் நுழைந்தான். இரு கூட்டமும் மாறி மாறி பார்த்துக் கொண்டனர்.

மந்திரமூர்த்தி இடத்துக்கு முரளியும் நண்பர்களும் சென்றார்கள். ஆனால் அங்கு அவன் இல்லை.

இந்த சாமியார் சரியான காசு புடுங்கி, ஐக்கம்மா தான் இவன நம்புதுனா நீயுமாடா,

இந்த சாமியார் பேச்சை நம்பினால் அவளோ தான். அவர் மூணு கால் குதிரை வண்டி வைத்திருந்ததாகவும், அவரோட அப்பா ஒரு தங்கக்கடையை வைத்திருந்ததாகவும் என் அம்மாவிடமும் என் அண்ணனிடம் பொய் சொல்லிருக்காரு,

இது உண்மையோ இல்லையோ அவர் இப்ப இல்லையே,

ஏன்டா இருக்குறதே எட்டு கேள்வி தான் அதுல அஞ்சு கேள்வி அவர் சொன்னாராம். வந்துச்சாம். போடா இவருக்கு இதான் வேலை எப்போ வருவார் எப்போ போவார் என்றே தெரியாது,

என்று நண்பர்கள் ஒவ்வொருவராக சொல்ல. சரி வாங்க கிளம்பலாம் என்று ஏமாற்றத்துடன் ஆலமரத்தை பார்த்தவாறே மிதிவண்டியை மெதுவாக அழுத்தியவாரே வீட்டிற்கு திரும்பினான், முரளி. நேற்றிருந்த வேகம் இன்று அவனிடம் இல்லை......

கத்தி பாண்டியன் சென்ற மாட்டு வண்டி மூன்று ஊரைத் தாண்டியது. பொய்யாலி அந்த தேங்கா மூட்டைய அவுரு என்றான் கத்திபாண்டியன்.

மயக்க நிலையில் இருந்த மந்திரமூர்த்தியின் தலை எட்டிப் பார்த்தது.

சாமி வேறு, சாமியார் வேறு.

***

6

பாருடா

புரட்சிகள் வெடிக்கும் இடங்களில் எல்லாம் எழுச்சி அடைபவனே தலைவன் ஆகிறான்.

ஈழத்தில் வேண்டுமானால் வீழ்த்தி விடலாம் உன்னை,

தமிழர்களின் மனதில் ஒருபோதும் வீழ்த்த முடியாது உன்னை.

உறங்கு நன்றாக உறங்கு,

நீ விதைத்த விதைகள் வளரத் தொடங்கி விட்டன.

என்று வளர்ந்து வரும் நடிகர் மதன் அவர்களின் தலைமையில், 2009-6-11 அன்று சென்னை வள்ளுவர் கோட்டம் அருகே நடத்தப்பட்ட விடுதலைப்புலிகள் தலைவர் பிரபாகரனின் இரங்கல் கூட்டத்தில் பேசிய 32 வயது அவன், தன் உரையை முடித்துக் கொண்டு வீட்டிற்கு சென்றான்.

அவள் வீட்டில் தான் இருந்தாள்.

இருவரும் கட்டிலில் படுத்தனர்.

அறை இருட்டாக இருந்தது.

நிலவின் ஒளி மட்டும் ஜன்னல் வழியாக கொஞ்சம் எட்டிப் பார்த்தது.

முகத்தை மாறி மாறி பார்த்துக் கொண்டனர்.

இவன் மூச்சை அவள் சுவாசிக்க.

அவள் மூச்சை இவன் சுவாசிக்க.

டேய் ஒரு பாட்டுப் பாடுடா.

எந்த பாட்டுடி?.

காலேஜ் படிக்கும் போது ஃபஸ்ட் டைம் சென்னைய சுத்தி பாக்கும்போது ஒரு பாட்டு பாடுனீல அந்தப் பாட்ட இப்போ பாடு.

எப்போ சொல்ற?. எனக்கு ஞாபகமே இல்ல.

மண்டையில ஒரு கொட்டு கொட்டி. எல்லாத்தையும் நானே உனக்கு ஞாபகப்படுத்தனுமா?

நார்த் கார் ஸ்ட்ரீட்ல அவ்வளவு கூட்டத்திலையும் என் கைய விடாம பிடிச்சுக்கிட்டே என் கூட நடந்தில அப்போ பாடுனீயே,

மெரினா பீச்ல கடல பார்த்துகிட்டுருந்த போது பின்னாடி குதிர வரும்போது உன் கையால என்ன தாங்குனீயே அப்போ பாடுனீயே,

நேஷா வீட்டுக்கு போன போது அவங்க வீட்டு மாடில ரோஜா தோட்டம் இருந்துச்சே அப்போ கூட என்னோட சுடில முள் குத்துச்சே..அப்போ முள்ள எடுத்துவிட்டு ஒரு பாட்டு பாடுனியே,

அப்புறம் லைட் ஹௌஸ் மேல நின்னு கீழ எல்லாத்தையும் வேடிக்க பார்க்கும்போது பாடுனீயே.அந்தபாட்டுபாடுடா.

ஒ அது வா. கொஞ்ச லைன்ஸ் தான் ஞாபகம் இருக்குது. பாடனுமா?.அது காமெடியா இருக்குமே.

ஆமா பாடு நான் பழச நினைச்சு பாக்கனும் இப்போ.

இது தானடி north car streetttu streetttu..

உனக்கு நான் தானடி பாடிகாட்டு காட்டு.

இது தானடி Marina Beachchuu..Beachchuu

நீயும் நானும் பண்ணிக்கௌாண்டிtouchuuu... touchchuu...

இதுதானடி ரோஜா தோட்டம் தோட்டம்.

நம்ம காதலுக்கு இதுதாண்டி symptom symptom.....

இது தானடி light houseu houseuuuuu...

நீ தானடி என்னோட வருங்கால spouse spouseeeuuuu.....

அவ்வளவுதான் ஞாபகம் வருது... மத்தெல்லாம் மறந்துடுச்சு.

சரி. அடுத்த பாட்டு ஊர் திருவிழால ஒரு பாட்டு பாடுனியே அத பாடு இப்போ. எப்போ என்ன ஏதுனு தெளிவா நீ கேக்குறதுக்கு முன்னாடி நானே சொல்றேன்.

நா கைல காத்தாடி சுத்தும்போது, அப்பளம் சாப்பிடும் போது, அப்புறம் பூக்கூடைய தூக்கிட்டு கோயில் போகும்போது, மழ வந்ததும் ஒரு ஓட்டு வீடு முன்னாடி நின்னோமே. அப்போ பாடுனியே. அந்த பாட்ட பாடு.

Saree கெட்டிருந்தியே அப்பவா?

ஆமா. அப்பதான் விழுந்தியே.

எங்கவிழுந்தே?.

காதல்ல

இல்ல. உன் கன்னு என்னைக்கு என் கன்ன பாத்துச்சோ அன்னைக்கே விழுந்துட்டேன்.

சரிபடி.

"காத்தாடி போல காத்துவாக்குல சுத்துனே...

என்தாடி மயிர இழுத்ததால அடங்குனே...

நாடோடி என்னைய பாட்டு பாடி அங்கீகரிச்சு...

பட்டம் படிச்ச பட்டதாரியாவும் மாத்துன.

அடி அப்பளம் நொறுக்கையிலே என் மனக் கப்பலும் நொறுங்குதடி.

ஜன்னல் முன் நின்னு ரசிக்கும் மழைத்துளி என்ன அழகோ. அந்த அழகடி நீயுந்தா...

அடி அம்மனுக்கு பட்டெடுத்து பொட்டு வைத்து அழகு பார்க்க மனசார மல்லி பூ கொண்டுவந்தவளே..

தேவதையின் மூத்த மக இவ தேர் இழுத்து கூட்டி போகணும் பாதம் மன்னில் படாமலே"

அவளோதான் ஞாபகம் இருக்குது.

சரி அந்த பாட்டு படி.

எந்த பாட்டுனு சொல்லு.

நம்ம கலயாணம் முடிஞ்ச புதுசல உங்க வீட்ல சொந்தக்காரங்க வந்திருக்கும்போது ரொமான்ஸ் பண்ண முடியலனு சைகை காமிச்சு மனசுக்குள்ளையே பாடுனீயே அப்போ கூட என்னையும் மனசுக்குள்ளையே பாட வச்சியே அந்த பாட்டு.

ஓ அதுவா. நீயும் பாடணும்ல பாடுவியா? கண்டிப்பா பாடுறேன்.

அவன்::

அடியே அஞ்ஜனா

உன்ன நான் கொஞ்சுனா...

என் நெஞ்சுதா

பறக்குமே பஞ்சாதா.

அடியே அஞ்ஜனா

உன்ன நான் கொஞ்சுனா...

என் நெஞ்சுதா

பறக்குமே பஞ்சாதா.

அவள்::

கொஞ்சதானே கெஞ்சுற நீயும்.

கொஞ்சிய பின்னே அஞ்சனுமே நானும்.

மெட்டி மாட்டிய கை இது

சுட்டி பண்ண தயங்காது.

தங்கத்துல கட்டுன தாலி,

உன் கைக்கு போடணு வேலி.

அவன்::

வெண்ணீரில் சுட்ட கை போல தொட்டதும்
குதித்திடாதே...

அவள்::

தன்னீரில் விட்ட மீன் போல நீந்திடுவேனே
உன்ன விட்டு..

அவன்::

அடியே அஞ்ஜனா

உன்ன நான் கொஞ்சுனா...

என் நெஞ்சுதா

பறக்குமே பஞ்சாதா.

அவளோதான் ஞாபகம் வருது மத்ததெல்லாம் மறந்துருச்சு.

அது யாருடா அஞ்சனா?

அது சும்மா இருக்கட்டுமேனு..

போடா. எல்லாத்துலயும் அரகொர.

ஆமா ஒரு இங்கிலிஷ் பாட்டு ஒன்னு பாடுனியே கேவலமா *bov lov* னு. அத பாடு.

When I was in the mountaiiiiiiiiiiiiiiiiiiiiiiiiiiin.

Then there was no way to gaiiiiiiiiiiiiiiiiiiiiiiiiiiiiiiin.

But I need to rise abovvvvvvvvvvvvvve.

So, I need one bow bow bow bow bow bow.

That bow is called as love love love love love love love...

சரி முரளி ஒழுங்கா வேலைக்கு போனீல அப்புறம் ஏன் வேலைய விட்ட பாட்டு எழுதபோறேனு கிளம்பிட்ட.

எல்லாம் நீ இருக்குற தைரியத்துல தாண்டி. அப்புறம் நா சின்ன வயசுல பாடுன பாட்ட இப்போ பாடட்டுமா?

பாடு பாப்போம்.

மேகத்தோடு மல்லுக்கட்டி மழையைக் கொண்டு வந்தோமே.

ராகத்தோடு பாட்டுப் பாடி வயலில் குதித்தோமே....

தாகத்தோடு போட்டிப் போட்டு கிணத்தில் குளித்தோமே.....

காகத்தோடு பறக்க ஆசைப்பட்டு மலை மேல் ஏறிப் பறந்தோமே.

தக்கத் தக்க தாளம் தான் மேளம் போட்டு ஆடலாம்.

நிக்க நிக்க தாமதம் தான் கையை விட்டு ஓடலாம்.

பாடினான். இந்த பாட்டு மதன் சார் படத்துக்கு எழுதுனது தான?

ஆமா, இத நான் சின்ன வயசிலையே பாடிட்டேன்.

சரி இருக்கட்டும், இன்னைக்கு ஃபர்ஸ்ட் வெட்டிங் அனிவர்சரி கிஃப்ட் ஒண்ணுமே கொடுக்கல. பக்கத்துல வா தாரேன்.

இன்னும் பக்கமா?

ஆமா.

இருவரும் நெருங்கினார்கள் இரு கண்களும் மாறி மாறி பார்த்துக் கொண்டிருந்தது.

காலிங் பெல் அடித்தது.

பெல் அடிக்குது போயி கதவ துறடா.

நான் போகமாட்டேன் நீ போடி.

நீ போடா.

நீ போடி.

போடி.

போடா.

போஒஒஒஒஒடி.

போஒஒஒஒஒடா.

சரி போறேன் வந்து தரேன்.

ம்ம்ம்

கதவை துறந்தான்.

முகமூடி அணிந்த மூன்று நபர்கள் வந்திருந்தனர்.

யாருடா நீங்க.?

ஏய் எரும. இங்க வாடி. நீதான் சர்ப்ரைஸ் பிளான் பண்றிய...

சொல்லி முடிப்பதற்குள் அவனை கத்தியால் மூன்று பேரும் குத்தினர்.

அவள் வந்ததும், அவளையும் குத்தினர்.

பீரோலில் இருந்த நகைகளை திருடிக் கொண்டு வெளியில் சென்ற அவர்கள், போனை எடுத்து அண்ணே முரளியையும், நந்தினியையும் போட்டு தள்ளியாச்சு என்று போனை கட் செய்து இடத்தை விட்டு கிளம்பி சென்று விட்டார்கள்.

கழுத்தில் ஒரு குத்தையும் வயிற்றில் இரண்டு குத்தையும் வாங்கி கொலையும் குத்துயிருமாய் முரளி இருக்க நந்தினி அவனை நெருங்கி வந்தால் ரத்த வெள்ளத்துடன்.

இப்போ ஒரு பாட்டு பாடுடா கடைசியா கேட்டுட்டு போயிடுரேன்.

உயிர் பிரியும் நொடி தெரிந்ததடி.

கண்கள் ரெண்டும் கலங்குதடி.

கண்ணீரை கண்கள் சிந்துதடி.

தொடைத்திட கைகள் இல்லையடி.

உன் காதலும் என் காதலும்

சேரவே பிறந்தோமடி.

சேர்ந்ததே இறப்பதற்காடி.

என்னடா மறந்துட்டியா.

இல்ல போய்ட்ட என்று சொல்வதற்குள் அவளும் போய் சேர்ந்துவிட்டாள்.

எலும்புகள் புதைக்கப்படலாம்,
எழுத்துக்கள் புதைக்கப்படாது.
எழுந்து வரும்.

***

7

கர்ஜனை

மஹாபலிபுரம் அருகில் இருக்கும் வித்யாராம் ஓபன் ஸ்டுடியோவில், கர்ஜனை படத்தின் பாடல் காட்சிக்காக கட்டமைக்கப்பட்டு கொண்டிருந்த மிக பிரம்மாண்டமான அரண்மனை போன்ற செட் இன்று அதிகாலை 5 மணி அளவில் தீ விபத்து ஏற்பட்டு கருகியது. இந்த செட்டை கட்டமைத்துக்கொண்டிருந்தவர் ஆர்ட் டைரக்டர் சுதன் ஆவார், என்ற செய்தி காற்றில் பரவ ஆரம்பித்தது.

மக்கள் கூட்டமும் செய்தியாளர்களின் கூட்டமும் ஸ்டுடியோவின் நுழைவு வாயிலிலிலே தடுக்கபட்டனர். படத்துக்கு சம்பந்தப்பட்ட ஆட்கள் மட்டும் உள்ளே செல்ல அனுமதிக்கப்பட்டனர்.

ஸ்டுடியோவின் நுழைவு வாயிலை கடந்ததும், இடது புறம் முதல் தளத்தையும் (செட்போடுவதற்காக இருக்கும் காலி இடங்கள்) வலது புறம் இரண்டாவது தளத்தையும், ஒரு கிலோ

மீட்டர் தூரம் கடந்து சென்றதும் நாலு முனை ரோடு வந்தது, இடது புறம் சென்றால் மூன்றாது தளத்துக்கும், வளது புறம் சென்றால் நான்காது தளத்துக்கும் ஒரு ரோடு சென்றது, நேராக சென்றால் ஒரு கிலோமீட்டர் தூரத்தில் முட்டு சுவர். வானத்தில் இருந்து பார்க்க சதுரத்தின் நடுவே பிளஸ் போன்ற அமைப்பில் வழிப்பாதை தார் ரோடாகவும் மற்ற நான்கு காலியிடங்களும் செட் போடுவதற்காக 1, 2, 3 & 4 தளங்கள் என்று பிரிக்கப்பட்டு இருந்தது, முதல் மூன்று தளங்களும் காலியாக இருக்க. நான்காவது தளத்தில் "கர்ஜனை" பாடல் காட்சிக்கான செட் வேலைகள் போய்க் கொண்டிருந்தது.

அனைவரும் பரபரப்பாக ஓடிக் கொண்டிருந்தனர். டிரைவர் முதல் மேலாளர்வரை அத்தனை பேரும் அங்கும் இங்கும் ஓடினார்கள். காவல்துறை மற்றும் தீயணைப்புத்துறை பத்து மீட்டர் வரை யாரையும் செட்டின் அருகில் விட வில்லை.

செக்யூரிட்டி இரவில் அந்த இடத்தில் மின் விசிறி பயன்படுத்தி உள்ளான். அதன் மூலம் எப்படியோ மின் கசிவு ஏற்பட்டு தீ பிடித்தது என்று எல்லாரும் கூறினார்கள்.

நேற்று வரை அரண்மனை நுழைவு வாயில் ஆக இருந்த இடம். ஆம், பெயிண்ட் வேலைகள்

முடிந்திருந்தால் கண்டிப்பாக அரண்மனையின் நுழைவு வாயில் தான். 100 அடி அகலத்தில் 35 படிக்கட்டுகளும், 6 பெரிய தூண்களும் ஒவ்வொன்றும் 24 அடி உயரத்தில் ஓங்கி நிற்க, கதவு ஒரு 18 அடியில் அரைநிலா போன்ற வடிவில் மேற்புறம் இருக்க மிகப பிரமாண்டமாய் காட்சியளித்த அரண்மனையின் செட், இன்றோ தீயில் கருகிப் புகை மண்டலத்துடன் காட்சியளிக்கின்றது.

ஒரு வேளை கோவத்துல செஞ்சிருப்பானோ???

மேஸ்திரி கல்யாணசுந்தரம் தன் வேலை ஆட்களிடம் இருங்கடா ஒரு பத்து நிமிஷத்துல வந்துடறேன், என்று கூட்டத்தைத் தவிர்த்து நான்கு முனைக்கு சென்றார். அவர் ஒரு முனையில் மரத்தடியில் மண் தரையில் அமர்ந்து சிகரட் ஒன்றை எடுத்துப் பற்றவைத்தார். மேஸ்திரி கல்யாணசுந்தரம், (தமிழ்சினிமாவில் 12 வருடங்களுக்கு மேலாக வேலை பார்ப்பவர். 15 சினிமா படங்களிலும் 35 விளம்பர படங்களிலும், இரண்டு சீரியல்களிலும் அசிஸ்டெண்டாக வேலை பார்த்தவர். இது தான் அவருக்கு முதல் படம் மேஸ்திரி ஆக. சுந்தரத்தின் விடாமல் உழைக்கும் உழைப்பும், திணறாமல் வேலை வாங்கும் திறமையும் அவரை இந்த இடத்திற்குக் கொண்டு வந்துள்ளது.)

ஊதித் தள்ளினார் புகையை[3]. ஒரு வேலை இது அந்த வளையாபதியோட வேலையா இருக்குமோ? கோவத்துல செஞ்சுருப்பானோ?

வளையாபதிக்கு வயது 39, கருப்பு நிறம், தடிமனான உடல், சினிமாவில் கலைத்துறையில் சேர்ந்து 20 வருடங்கள் ஆகின, இன்று வரை அவன் வேலை பார்த்த எந்த படமும் ரிலீஸ் ஆகவில்லை. அவர் வளையாபதியைச் சந்தேகிக்கக் காரணம், நேற்று நடந்த நிகழ்வே காரணம்.

நேற்று மதிய உணவு இடைவேளை முடிந்து வேலை ஆரம்பித்தது. கார்பென்டர் 37 பேரும், வெல்டர் 23 பேரும் ஒன்றாக வேலை பார்த்துக் கொண்டிருந்தனர்.

டேய் இந்த ரீப்பரை பிடி, இந்த கட்டையை அங்க கொண்டு போ, யோவ் தனசேகரு தடவு தடவுனு தடவாதயா எத்தனை வருஷமா வேல பாக்க்குற இத கூட ஒழுங்க பண்ணமாட்டியா??, என்னைக்காது திட்டு வாங்காம வேலை பார்த்திருக்கியா யா? என்று கேள்வி கேட்டு கொண்டே தன் கையில் இருந்த மெஷினை வைத்து மரப்பலகையை அறுத்துக் கொண்டிருந்தார்.

---

3 புகை பிடிப்பது புற்று நோயை உண்டாக்கும் மற்றும் உயிரைக் கொல்லும்.

மேஸ்திரி உங்கள சார் கூப்புடுறாரு, என்றான் விக்கி. (விக்கிப் பார்க்க 24 வயது பையன் மாதிரி இருக்கமாட்டான் 21 வயது பையன் மாதிரி தான் இருப்பான் யாரிடமும் கோபப்படமாட்டான், சமாளிப்பான், சிரிப்பான், கடப்பான். முழுக்கைச் சட்டையை அணிந்துவருவான், கையில் விரல்கள் மட்டுமே வெளியே தெரியும். இந்த படத்திற்குக் கடைசி அசிஸ்டன்ட். விக்கி வேறு யாரும் இல்லை ஆர்ட் டைரக்டர் சுதனின் தங்கை மகன். இந்த விஷயம் அவர்கள் இருவரைத் தவிர வேறு யாருக்கும் தெரியாது. ஆர்ட் டைரக்டர் சுதனுக்கு எப்படி இது முதல் படமோ அது போல இது விக்கிக்கும் மேஸ்திரிக்கும் முதல் படம் எந்த ஒரு சொல்லிலும் தான் சுதனின் மருமகன் என்பதைக் காட்டிக் கொள்ளாதவன். எந்த ஒரு வேலையும் முழுமையாகச் செய்யமாட்டான். இந்த படத்தில் தான் மாமாவுக்கு உதவும் வகையாக இருக்கும் என்று அவனுடன் வேலை செய்கிறான். இந்த படமாவது முழுமையாக வேலை செய்வானா என்று தெரியவில்லை.)

சாரா?. எந்த சார்டா.? ஆர்ட் டைரக்டர் மீட்டிங் போராரு நைட் தான் வருவேன்னு உன் முன்னாடி தான சொன்னாரு. இப்ப வந்து சார் கூப்டாருங்க. எந்த சார்டா? என்று கேட்டார் மேஸ்திரி.

மேஸ்திரி பெரிய சார் இல்ல. சின்ன சார் என்றான் விக்கி.

சின்ன சாரா?

ஆமாம்,. மேஸ்திரி. நம்ம வளையாபதி அண்ண.

யாரு அவனா?? டேய் அவனே ஒரு அசிஸ்டன்ட் நீ அவனுக்கு அசிஸ்டன்ட்டா??

என்ன மேஸ்திரி இப்படி சொல்லிட்டீங்க?. அவர் பத்து பதினைந்து படம் வேலை பார்த்திருக்கிறார்.

என்ன பதினைஞ்சு படமா.? டேய் ஒரு படம் கூட ரிலீஸ் ஆகலடா. நாங்களே பயந்துட்டு இருக்கோம் இந்த படமாது ரிலீஸ் ஆகுமானு.

என்ன மேஸ்திரி சொல்றீங்க என்று விக்கி கேட்க. குறுக்கிட்டான் பொன்னம்பலம், மேஸ்திரி இந்த அளவு சரியா வரல என்று ஸ்கெட்ச் பேப்பரை நீட்டினான்.

கல்யாணம் ஸ்கெட்ச் பேப்பரை வாங்கி இதில் என்னடா தப்பு என்று பொன்னம்பலத்திடம் கேட்டார். இதோ இருக்கான்ல வருங்கால ஆர்ட் டைரக்டர், இவன்கிட்டையே கேளுங்க என்று விக்கியை கை காமித்து சென்றான் பொன்னம்பலம்.

டேய் இவன் சின்ன மூளைக்காரன் பெரிய மூளைக்காரன் வளையாபதிய கூப்புடுறா என்று மேஸ்திரி கூறினார்.

என்ன மேஸ்திரி எங்க கிட்ட சொன்னா நாங்க செய்யமாட்டோமா? கொடுங்க என்றான் விக்கி. தம்பி இது பெரிய வேலைடா என்றார் மேஸ்திரி.

மேஸ்திரி பெரிய வேலைய பெரிய மூளை தான் செய்யனும்னா, சின்ன வேலையை சின்ன மூளை தா செய்யனும்னா, பெரிய மூளை சின்ன வேலையை செய்யாது, சின்ன மூளையும் பெரிய வேலையை செய்யாது, சின்ன வேலை செய்யுற சின்ன மூலை பெரிய வேலை செய்யுற பெரிய மூளை ஆகனும்னா பெரிய மூளை செய்யுற பெரிய வேலையை சின்ன மூளைகிட்ட கொடுங்க அது எப்பவும் செய்யுற சின்ன வேலையை விட பெரிய வேலையை செய்ய்யும் அப்புறம் பெரிய மூளை செய்யுற பெரிய வேலையை சின்ன மூளையும் செய்யும் மேஸ்திரி என்றான், விக்கி.

அவன் கூறியது அடிக்கிற வெயிலில் நடு மண்டையில் ஆணி இறங்கியது போல இருந்தது, மேஸ்திரிக்கு.

டேய் பொன்னம்பலம், என்று கத்தினார் மேஸ்திரி. வெல்டிங் மெஷின், கட்டிங் மெஷின்களின் சத்தத்தால், பொன்னம்பலத்தின் காதில் அவருடைய கூச்சல் விழ வில்லை. மறுபடியும்

கத்தினார், இரண்டாவது கத்தில் பொன்னம்பலம் என்றதும் கரண்ட் ஆப் ஆனது போல் எல்லா மெஷின்களும் ஆஃப் ஆனது. அவர் கத்திய கத்தில் ரீப்பரை தூக்கி சென்ற ரெண்டு நபர்கள் ஒரு நொடி நின்று திரும்பி பார்த்தனர், ப்ளைவுட்டை தூக்கிச் சென்ற நான்கு பேர்கள் ஒரு நொடி நின்று பார்த்தனர், மற்ற வேலையாட்கள் அத்தனை பேரும் திரும்பிப் பார்த்தனர். ஓடி வந்தான் பொன்னம்பலம்.

என்னடா இது மேஸ்திரி கத்துன கத்துல எல்லா மெஷின்களும் ஆப் ஆயிடுச்சு என்று யோசித்த விக்கிக்கு ப்ரோடக்ஷன்ல இருந்து காபி வந்ததும், ஓ பிரேக் டைமா, ஜெனரேட்டர கட் பண்ணிட்டாங்களா, அதான் மெஷின்லாம் ஆஃப் ஆயிடுச்சா?? நான் கூட மேஸ்திரி கத்திதான் எல்லா மெஷினும் நின்னுடுச்சுனு நினைச்சேன் என்று தனக்குள் கூறிக் கொண்டான் விக்கி.

சொல்லுங்க மேஸ்திரி என்றான் பொன்னம்பலம்.

நீயே போய் வளையாபதிகிட்ட கேளு. அப்பறம் இவனையும் கூட்டிட்டு போய்டு என்று விக்கியை கை காமித்தார்.

என்ன மேஸ்திரி புதுப் பையங்குறதுனால தான இப்படி பேசுறீங்க. நாளைக்கே நான் பெரிய

ஆளா வருவேன் மேஸ்திரி. அப்போ என்ன இப்படி எல்லாம் நீங்க சொல்லவே முடியாது.

அது அப்போ பாத்துக்கலாம் இப்ப போயி ரெண்டரை இன்ச் ஆணி வாங்கிட்டு வா, என்று விக்கியை அனுப்பினார். போனவன் சும்மா போகாமல் வளையாபதியிடம் பற்றவைத்துச் சென்று விற்றான்.

வளையாபதி நேராக மேஸ்திரியிடம் வந்தான்.

என்ன மேஸ்திரி? நான் வேல பாத்த எந்த படமும் ரிலீஸ் ஆகலைனு உங்களுக்கு யார் சொன்னா? உங்களுக்கு ஏதாது தெரியுமா?.

பதிலுக்கு மேஸ்திரி இப்போ யார் சொன்னா என்ன?. உண்மையத் தான சொல்றேன்.

யோவ் நீ என்ன பெரிய மேஸ்திரி?. உன்ன விடப் பெரிய மேஸ்திரிலாம் பாத்ருக்கேன். நீ இங்க இருக்குற எல்லாரையும் ஏமாத்தலாம் என்ன ஏமாத்த முடியாது, கம்பெனில ஒரு ஆள் கணக்கு சொல்லிட்டு எக்ஸ்ட்ரா சம்பளம் வாங்குறவன் தானையா நீ என்றான் எல்லார் முன்னாடியும்.

கோபமடைந்த மேஸ்திரி, வளையாபதியின் சட்டையைப் பிடித்து நீ பாத்தியா என்று கேட்க?

பதிலுக்கு மேஸ்திரியைத் தள்ளிவிட்டான். வேலை ஆட்கள் வந்து தடுத்துவிட்டு இருவரையும் பிரித்தனர்.

யோவ் மேஸ்திரி, நாளைக்கு நீ எப்படி இந்த செட்ல காலவைக்கிறன்னு பாக்குறேன், என்றான் வளையாபதி.

அத நாளைக்கு பாக்க தான போற என்றார் மேஸ்திரி.

மாலை நான்கு மணிக்கு ஆணி வாங்கச் சென்ற விக்கி ஒரு வழியாக மாலை ஆறு மணிக்கு வந்தடைந்தான். அதன் பின் என்ன ஆனான் என்று தெரியவில்லை. இரவு ஏழு மணிக்கு சுதன் வந்ததும் சுதன் உடன் சென்று செட்டை பார்வையிட்டனர் வளையாபதியும், விக்கியும். பின்பு 8.30 மணிக்குக் கிளம்பிவிட்டோம். வெளியூர் ஆட்கள் கூட யாரும் தங்கவில்லை.

ஒரு வேலை யாருக்கும் தெரியாமல் அதிகாலையில் வந்து அந்த வளையாபதி தான் பத்தவைத்திருப்பானோ? இல்லை. இதுக்கெல்லாமா செட்ட பத்தவைப்பா? வைத்தாலும் வைப்பான் அவன் நேற்று பார்த்த பார்வை அப்படி, என்னையே எரிக்கும் அளவுக்குப் பார்த்தான். கண்டிப்பாக செட்டை எரித்தாலும் எரித்திருப்பான். ஆனால் அதில் என்ன லாபம் அவனுக்கு?, நான் வர நேரம் ஆகும்

என்று அவனுக்கு தெரியுமே நைட் செக்யூரிட்டி என்று ஒருத்தன் இருந்தான். செத்தான் அவன். கண்டிப்பாக வேலை போய்விடும். ஹிந்திக்காரன் வேற. இது விபத்துதான், என்று நினைத்துக் கொண்டு சிகரட்டைப் பற்றவைத்தார்[4], மேஸ்திரி.

ஒரு வேளை விரக்தியில் செஞ்சுருப்பானோ?

காரை நான்கு முனையிலே விட்டு விட்டு வலது பக்கம் திரும்பி செட் அருகே நடந்து சென்றார், தயாரிப்பாளர் ஆவுடைநாயகம்.

10 நாட்கள் உழைப்பும், ஒரு கணிசமான தொகையும் நஷ்டம் அடைந்தது தான் மிச்சம். அது மட்டுமா திரும்பி சரி செய்வதற்கு என்று ஒரு தனி தொகை ஏற்படும், நடிகர்களின் கால்ஷீட், ரிலீஸ் தேதி என்று எல்லா பிரச்சனைகளும் மண்டையயில் ஓட, ஆவுடை நாயகம் காவல் துறையின் தடுப்பணை வரைவந்தார்.

அவர் வந்ததும் அவரை பின் தொடர்ந்தது ஒரு கூட்டம். என்ன நடந்தது? எப்படி நடந்தது? செக்யூரிட்டி என்ன புடுங்கிகிட்டு இருந்தானா?, சில்ர சில்லரையா சேர்த்து வச்சகாசுயா, இதுக்கு இன்னும் ஒரு பத்து நாள் ஆகுமா செட் போட? ஹிந்திக்காரன

---

4 புகை பிடிப்பது புற்று நோயை உண்டாக்கும் மற்றும் உயிரைக் கொல்லும்.

செக்யுரிட்டியாக, வேலைக்கு வச்சா அவனுக்கு என்ன தெரியும்? சம்பளம் மாசம் மாசம் கரெக்டா வாங்குறீங்கல மேனேஜர்லாம்?? என்றெல்லாம் அவர் கேட்கவில்லை. மௌனமாகக் கடந்தார் செட்டை. அவரை பின் தொடர்ந்தது ஒரு கூட்டம். செட்டை விட்டு சிறிது தூரம் நடந்து சென்றதும் அவரைபின் தொடர்ந்த கூட்டம் கொஞ்சம் கொஞ்சமாகக்குறைய ஆரம்பித்தது. தன் உதவியாளர்களையும் கையை காட்டி நிறுத்திவிட்டார். ஒரு ஆள் மட்டும் நாற்காலி கொண்டு போனான். நாற்காலியைத் தானே வாங்கிக் கொண்டு கார் அருகே அமர்ந்து தன் பையில் இருந்த சிஹார் சுருட்டை எடுத்தார். ஒரு சுருட்டு நானூறு ரூபாய் இருக்கும் பற்ற வைத்தார்[5].

ஒரு வேள இது சுதன் வேலையா இருக்குமோ?? தயாரிப்பாளர் சுதனைச் சந்தேகிக்க நேற்று நடந்த சம்பவம் தான் காரணம். அப்படி நேற்று என்ன நடந்தது?

நேற்று மதியம் 2 மணி அளவில் தயாரிப்பாளரின் அறையில் தயாரிப்பாளரின் வருகைக்காகக் காத்துக் கொண்டிருந்தான், சுதன் (தமிழ் சினிமாவில் கலைத்துறையில்

---

5 புகை பிடிப்பது புற்று நோயை உண்டாக்கும் மற்றும் உயிரைக் கொல்லும்.

உதவியாளராக 12 வருடங்களாக வேலை பார்த்துக் கொண்டிருக்கிறான், 38 வயது, 2 குழந்தைகள், ஒரு மனைவி தான். கோவில்பட்டியில் இருந்து சென்னையில் பிழப்பு தேடி 22 வயதில் ஓடி வந்தவன், பெற்றோர்கள் தீப்பெட்டி ஆலையில் வேலை பார்ப்பவர்கள். சென்னையில் இறங்கியதும் கோயம்பேட்டில் கூலி வேலை, பின் விளம்பர போர்டுகளில் பெயிண்ட் வேலைகளைக் கற்றுக் கொண்டு, சினிமாவில் பெயிண்ட் அடிக்க சென்று படிப் படியாகத் தொழிலைக் கற்றுக் கொண்டு கலைத் துறையில் உதவியாளராகியுள்ளான். சினிமா மட்டுமே தான் தொழிலாக வைத்திருப்பவனுக்கு தன் ஆஸ்தான குருவான ராம்கியுடன் 5 வருடம் வேலை பார்த்திருக்கிறான், கர்ஜனை படம் தான் முதல் முதலாகக் கலை இயக்குநராக தன் பயணத்தைத் தொடருகிறான்.).

தனக்குள் பல கேள்விகளை எழுப்பினான். எதற்காகத் தயாரிப்பாளர் தன்னை பார்க்க வேண்டும் என்று கூப்பிட்டு இருக்கிறார். எப்போதும் மேனேஜர் ரமேஷ் தானே கூப்பிடுவார். இன்று என்ன காரணமோ தெரியவில்லை என்று எண்ணிக் கொண்டிருக்கும் பொழுதில்.

உள்ளே வந்தார் தயாரிப்பாளர் தன் பையன் ரவிக்குமாருடன்.

சுதனைப் பார்த்து வணக்கம் தம்பி எப்ப வந்தீங்க என்று கேட்டவாறே அமர்ந்தார்.

இப்ப தான் சார் ஒரு பத்து நிமிஷம் ஆச்சி.

தம்பி, படவேலை எல்லாம் எப்படி போயிட்டு இருக்கு.

நல்லா போயிட்டு இருக்கு சார், சொன்ன தேதிக்குள்ள என்னோட வேலை முடிஞ்சிடும்.

சரி தம்பி. இது தான் என் பையன் ரவிக்குமார் அவனுக்கு ஓவியம் வரைய நல்லா வரும். இந்த படத்துல சேர்த்துக்கணும் வேலை கத்து கொடுக்கணும். ஏண்டா எல்லா தயாரிப்பாளரோட பையனும் நடிக்கத் தானே போறாங்க நீ மட்டும் ஏண்டா? இந்த டிபார்ட்மெண்ட்ல போகணும்ன்னு ஆசைப்படுறனு கேட்டேன் தம்பி. அதுக்கு அவன் சொல்றா எனக்கு தெரிஞ்ச ஒரு விஷயத்த நல்லா பண்ணனும்னு நினைக்கிறேன் பா. எனக்கு எது வருதோ அத நல்லா பண்ணனும்பா, என்றான்.

சரி உன் தலையெழுத்து பண்ணுனு சொல்லிட்டேன்.

காமராஜ்கிட்ட அசிஸ்டன்டாக சேர்த்துவிட்டேன் அங்க ஓரளவுக்கு கத்துக்கிட்டான். இரண்டு படத்துல வேலை பாத்துருக்கான். அவருக்கு இது நம்ம பையனு தெரியாது தம்பி.

ப்ரோடியூசர் பையன்னு சொன்னா யாரும் வேலைக்கு சேர்க்க மாட்டாங்க, பாருங்க.

சரி சார் அதெல்லாம் ஒன்னும் பிரச்சனை இல்லை என்றான் சுதன்.

அது பிரச்சனை இல்லை தம்பி அது எனக்கே தெரியும்.

இவனை இந்த படத்துல ஆர்ட் டைரக்டரா போடலாம்னு இருக்கிறேன் என்றார் தயாரிப்பாளரின் தோரணையில்.

இதைக் கேட்டதும் சுதனுக்கு பேச வார்த்தைகள் வரவில்லை, கால் நடுங்கியது, முகமே வேர்த்து ஊற்றியது, டேபிளில் இருந்த தண்ணீரை எடுத்துக் குடித்தான்.

தம்பி ரொம்பலாம் யோசிக்க வேண்டாம். நீங்க இல்லனாலும் வேல நடக்கும், ஏன்? படத்துல டைரக்டர் இல்லனாலும் வேலை நடக்கும். இந்த படத்துக்குச் சம்பளம் பேசுனபடியே வாங்கிக் கோங்க என்றார் தயாரிப்பாளர்.

அது இல்ல சார் இதான் முதல் படம் ஆர்ட் டைரக்டரா. இவ்ளோ நாள் வரைக்கும் அசிஸ்டன்ட்டா இருந்து இந்த இடத்துக்கு வந்திருக்கேன் சார்.

தம்பி உங்களுக்கு இந்த இடம் கிடைக்கல, கொடுக்கப்பட்டிருக்கு. அதமுதல்ல தெரிஞ்சுக்கனும், டைரக்டர்கிட்டயும் பேசிட்டேன்.

சார் ரெஸ்ட் ரூம் யூஸ் பண்ணிக்கலாமா என்றான் சுதன்.

தாராளமா என்று இடது கையை நீட்டிக் காண்பித்தார், கையில் தங்கவாட்ச் மின்னியது.

உள்ளே சென்றதும் முகத்தைத் கழுவி கண்ணாடி முன்பு நின்று கொண்டான்.

வேண்டாம் என்றும் கூற முடியாத சூழ்நிலை, சம்பளம் ஒரு புறமும், இந்த படத்தை நம்பி அந்த சின்ன படத்தையும் விட்டு விட்டான். படமும் முடியும் தறுவாயில் உள்ளது. இதற்குத் தான் முதலிலே ஒப்பந்தம் ஒன்றை போட்டிருக்கவேண்டும். அதுவும் இல்லை உதறித் தள்ளி செல்ல மனதில் இடமுமில்லை. தோல்விகளை மட்டுமே அதிகமாக பார்த்துக் கொண்டிருக்கிறோமோ என்று எண்ணினான் சுதன். அவன் கண்கள் முன்பு அத்தனை தோல்விகளும் வந்து நின்றது தன் முதல் படத்தின் சம்பளமில்லா 80 நாள் வேலை நாட்கள், 100 நாட்கள் விடுமுறை இல்லாமல் ராவும் பகலும் வேலை பார்த்த போதும் வேலை சரி இல்லை என்று தன் குருநாதர் சொன்னதும் படத்தில் இவன் பெயர் வராததும், ஒரு

கஷ்டம் வரும் போது அத்தனை கஷ்டங்களையும் எண்ணிப் பார்க்கும் பழக்கம் உள்ளவன், இன்று தயாரிப்பாளரிடம் தோற்றது என்று அத்தனை தோல்விகளும் சுதனின் கண் முன் வந்தது.

வெளியில் வந்தவன் வேறு வழி இல்லாமல் இருமனதாக ஒப்புக் கொண்டு ரவிக்குமாருக்கு கை கொடுத்துக் குலுக்கினான்.

இது தான் நேற்று நடந்தது. தயாரிப்பாளர் சுதனைச் சந்தேகிப்பதில் தவறில்லை.

இன்னொரு சுருட்டை எடுத்துப் பற்றவைத்த தயாரிப்பாளர்,

சேச்சே...அவனா இருக்காது. அவனுக்கு இந்த அளவுக்குலாம் தைரியம் கிடையாது, இது செக்யூரிட்டி தான் அவனோட வேலை தான். விபத்து தான். என்று புகையை ஊதித் தள்ளினார் ஆவுடைநாயகம்.

ஒரு வேளை பாசத்துல செஞ்சுருப்பானோ?

சுதன் காவல்துறையின் தடுப்பனையிலே ஊன்றியவாறுநின்றுகொண்டுசுற்றிமுற்றிபார்த்தான். பெயிண்டர்கள் பெயிண்ட் சாமானுடன் இருந்தனர் இன்று தான் இந்த செட்டில் அவர்களுக்கு முதல்

---

6 புகை பிடிப்பது புற்று நோயை உண்டாக்கும் மற்றும் உயிரைக் கொல்லும்.

நாள் வேலை. அதற்குள் இப்படி ஆகிவிட்டது. விக்கியை தேடினான் காணவில்லை. வளையாபதி அவன் அருகில் வந்தான். வந்தவனிடம் ஏதும் பேசாமல் சிகரெட் மற்றும் தீப்பெட்டியை சைகை மூலம் வாங்கிக் கொண்டு 4 முனையில் இன்னொரு முனைக்குச் சென்று தயாரிப்பாளாருக்குத் தெரியாத வாறு நின்று கொண்டான். இதுவரை சிகரெட் பழக்கமே இல்லாதவன் இன்று சிகரெட்டை எடுத்து பற்றவைத்தான்[7].

நேற்று இரவு ஏழு மணிக்கு சுதன் வந்ததும், சுதன் உடன் சென்று செட்டை பார்வையிட்டனர் வளையாபதியும், விக்கியும். பின் எல்லாரும் கிளம்பியதும் நடந்த வற்றை எல்லாம் விக்கியுடன் பகிர்ந்தான் சுதன்.

என்ன மாமா சொல்றீங்க???

நாம ராவும் பகலும் நாய் மாதிரி கஷ்டப்படுவோம். பத்து பதினைஞ்சு வருஷம் கஷ்டப்பட்டு ஒரு இடத்துக்கு வருவோம். இவனுங்க 2 படம், 3 படம் வேல பாத்துட்டு பேர் வாங்கிட்டு போவானுங்களா?

---

7 புகை பிடிப்பது புற்று நோயை உண்டாக்கும் மற்றும் உயிரைக் கொல்லும்.

டேய் பார்த்து பேசு இங்க உன்ன மாதிரி நிறைய பேர் தன்னோட சொந்தத்த மறைச்சு கிட்டு வெளிய காட்டாம இருக்காங்க.

யார் வந்தாலும் பாத்துக்கலாம் மாமா என்றான்.

நாம ஒன்னு நினைச்சா ஆண்டவன் ஒன்னு நினைக்கிறான், என்றான் சுதன்.

ஆண்டவன் என்ன நினைக்கிறான்.? நீ நினைக்காமல் ஒன்னும் இந்த இடத்துக்கு வரலையே நினைச்சு தான வந்த. சும்மா ஆண்டவன் நினைக்கிறான் பாத்துக்குவான்னு.

இங்க இரத்தம் சிந்துனவ சத்தமாதா பேசணும். மாமா.

நீ சத்தம் காட்டாம வந்திருப்ப.

அதான் அவருக்கு சாதகமா போச்சு.

ஆமா, இவன் நேர்ல பாத்தான்.

மாமா இப்போ கூட ஒன்னும் கெட்டு போகல, நீ "ஊ"னு சொல்லு நாளைக்கே நீ தான் இந்த படத்தோட ஆர்ட் டைரக்டர்.

சும்மா இருடா பெரிய மனுஷன்கிட்ட வாக்கு கொடுத்துட்டேன் இனிமே இத பத்தி பேச வேண்டாம்.

நான் கிளம்புறேன்.

இதான் நேற்று நடந்தது. இந்த பையன் பாசத்துல செஞ்சுருப்பானோ.

இவென் செஞ்சாலும் செஞ்சுருப்பான். யாரையும் சொல்ல முடியாது விபத்தாகவே இருக்கட்டும்.

விக்கி அருகில் வந்து அமர்ந்தான் கையில் பீடியை எடுத்துக்கொண்டான், பீடியை பற்றவைத்தான் என்ன மாமா உன் பெயரை படத்துல போட மாட்டேன்னு சொன்னாங்கல்ல. இன்னைக்கு பூரா நீ தான் ஆர்ட் டைரக்டர்னு சொல்றாங்க என்று பீடியை ஊதி தள்ளினான்[8].

டேய் என்னடா சொல்ற?.அப்போ நீ தான் காரணமா??

யோவ் மாமா நானா போயா போ, நான் நீ தான் எனக்கே தெரியாம ஏதோ பண்ணிட்டனு நெனச்சேன் என்னைய போய் சொல்றியேயா?? உனக்கே நியாயமா இருக்குதா?.

போடா அப்போனா இது செக்யூரிட்டி யோட வேலைதான்.

அவன் மட்டும் அல்ல அனைவருமே அதைத்தான் கூறினார்கள். செக்யூரிட்டி அந்த

---

8 புகை பிடிப்பது புற்று நோயை உண்டாக்கும் மற்றும் உயிரைக் கொல்லும்.

இடத்தில் மின் விசிறி பயன்படுத்தி உள்ளான் அதன் மூலம் எப்படியோ மின் கசிவு ஏற்பட்டது என்று.

தயாரிப்பாளர் சுருட்டை இழுத்து ஊதிக் கொண்டிருந்தார், அவரின் புகை செட்டின் தீ புகையுடன் கலக்கவில்லை.

மேஸ்திரி சிக்ரெட்டை இழுத்து ஊதிக் கொண்டிருந்தார், அவரின் புகை செட்டின் தீ புகையுடன் கலக்கவில்லை.

சுதனும், விக்கியும் சிக்ரெட்டை இழுத்து ஊதிக் கொண்டிருந்தனர், அவர்களின் புகையும் செட்டின் தீ புகையுடன் கலக்கவில்லை.

நான்காது முனையில் மரத்துக்கு அடியில் அமர்ந்திருந்த தனசேகரும் பீடியை இழுத்தான், தலையைத் திரும்பி செட்டை பார்த்தான், ஊதினான், அவன் பீடியின் புகையும் செட்டில் இருந்து கிளம்பிய புகையோடு ஒன்றாக கலந்தது ஏனோ...?

**பற்ற வைத்தல் பிரச்சனைக்கு தீர்வாகாது,
கேடு விளைவிக்கும்.**

***

---

9 புகை பிடிப்பது புற்று நோயை உண்டாக்கும் மற்றும் உயிரைக் கொல்லும்.

8

பாம் பாக்யா

ஏழாயிரம்பண்ணை அருகே உள்ள கடுவெப்பட்டி என்ற ஊர் எல்லையில் உள்ள *GUN சாமி* கோவில் தான் அந்த ஊர் மக்களுக்கு காவல் தெய்வம். முன்னோர்கள் காலத்தில் வீரபாகன்னு ஒரு யானை பாகன் இருந்துள்ளான். அவன் ஒரு *gun* உபயோகித்து வந்துள்ளான். அந்த *GUN* மூலம் அந்த ஊரில் உள்ள கூலித் தொழிலாளர்களுக்கு சரியான ஊதியத்தை வாங்கி கொடுத்திருக்கான். அதனால அவர் ஞாபகமாக ஊர் மக்கள்ல சில பேரு சிலை வைத்து கையில் *GUN* கொடுத்தும், கோவில் கட்டி கும்பிட்டும் வருகிறார்கள். இப்ப உள்ள மக்களும் அத பின்பற்றி வாராங்க. *GUN* சாமிக்கு தொடர்ந்து ஏழு நாள் வந்து வெடி போட்டால் வேண்டியதை கொடுப்பாராம். கல் சுவரால் கட்டப்பட்ட கோவிலைச் சுத்தி காம்பவுண்ட் சுவர்.

அந்த கோவிலில் பகலில் யாரும் சாமி கும்பிட வரமாட்டார்கள். பூசாரி மட்டுமே இருப்பார்,

உண்டியலின் மேல் சூட தட்டை வைத்து விடுவார். எட்டு மணிக்கு ஒரு அணுகுண்டு வெடியும், பத்து மணிக்கு ஒரு அணுகுண்டு வெடியும் வெடிப்பார் சாமிக்காக, இது தான் வழக்கம்.

இரவில் தான் பக்தர்கள் வருவார்கள். அவர்கள் வரும் போதே கையில் ஏதாது ஒரு வெடியைக் கொண்டு வருவார்கள். சாமிக்கு சில்லறை சத்தம் தான் மிகவும் பிடிக்கும் என்பதால். உண்டியலில் சில்லறைகளை மட்டுமே போடுவார்கள். பின் வெளியில் வந்து வேட்டை வெடிப்பார்கள்.

ஊர் எல்லையைக் கடந்து, ஊருக்குள் செல்லும் வழியில் இரண்டு வெடி கம்பெனி உள்ளது. அதில் ஒரு கம்பெனியில் வேலை பார்ப்பவள் தான் பாக்யா. அணுகுண்டுக்கு மருந்து சுத்துபவள்.

பாக்யம் உன்ன தேடி கோவில்பட்டில இருந்து அரவிந்துனு ஒரு ஆள் வந்துருக்கு என்று வாட்ச்மேன் வந்து சொன்னார்.

ஆ இதோ வரேன்யா, என்று கூறி கையில் வெடி மருந்துடன் பாக்யம் கம்பெனியின் வாசலுக்கு வந்தாள்.

வா பாக்யம், இங்க தான் வேல பாக்குறியா? வீட்டுக்கு போனேன் உன் புருஷன் இருந்தான்.

அவன் கிட்ட கேக்கவே பாவமா இருந்தது அதான் இங்க வந்துட்டேன்.

அண்ணே அடுத்த மாசம் எப்படியாது உங்க வாடகைய தந்துடறேனே.

பாரு பாக்கியம் நீ கொடுத்த அட்வான்ஸ் கழிஞ்சுருச்சு. இரண்டு மாசம் வீட்டு வாடக தரல. என் மாமனார் எனக்கு கொடுத்த ஒரே சீதனம் இதான். அதவச்சு நான் வருமானம் பண்ணலைனா அந்த ஆளுக்கு பதில் சொல்ல முடியாது. அதுவும் இல்லாம பேருக்கு தான் கவர்மண்ட் வேல கைல பத்து பைசா நிக்க மாட்டிக்குது.

நீ வேணா ஒண்ணு பண்ணுறியா? உன் புருஷன் வேற ஒரு கால் இல்லாம இருக்கான், உன்னோட குழந்தை படிக்கணும், அந்த லோடு ஆட்டோவ என் கிட்ட கொடுத்துறியா. நீ வீட்டை காலி பண்ண வேண்டாம். என்ன சொல்ற?

இல்லணே அது என் வீட்டுகாரர் முதல் முதலா வாங்குனது. நான் லீவு நாள்ல ஓட்டிகிட்டுருக்குறேன் எப்படியாது வாடகைய கொடுத்துடுறேன்.

சரி பாக்கியம். இன்னும் ஏழு நாளுல மூணு மாசம் வாடகைய மொத்தமா கொடுத்துரு

இல்லேன்னா காலி பண்ணிக்கோ அவ்வளவு தான் நான் சொல்ல முடியும்.

இரவு *GUN* சாமி கோவிலுக்குச் சைக்கிளில் சென்றாள்.

சாமி கும்பிட்டாள் உண்டியலில் ஐந்து ரூபாய் நாணயத்தை போட்டாள். உண்டியலில் காசு நிரம்பிவிட்டது போல, அவள் ஐந்து ரூபாய் போட்டதும் சத்தம் காதுக்கே கேட்டது. பூசாரியிடம் விபூதி பாக்கெட்டை வாங்கினாள். பின் வெளியில் வெடி ஒன்றை போட்டாள்.

மறுநாள் இரவும் சென்றாள். சிகப்பு சேலை, சாமி கும்பிட்டாள், நேற்று கொடுத்த விபூதி பாக்கெட்டை சில்லறைக்கு பதில் உண்டியிலில் போட்டாள். பின் வெளியில் வெடி ஒன்றைப் போட்டாள்.

மூன்றாம் நாள் இரவும் சென்றாள். மஞ்ச சேலை, சாமி கும்பிட்டாள், நேற்று கொடுத்த விபூதி பாக்கெட்டை சில்லறைக்கு பதில் உண்டியிலில் போட்டாள். பின் வெளியில் வெடி ஒன்றைப் போட்டாள்.

நான்காம் நாள் இரவும் சென்றாள். பச்சசேலை, சாமி கும்பிட்டாள், நேற்று கொடுத்த விபூதி பாக்கெட்டை சில்லறைக்கு பதில் உண்டியிலில்

போட்டாள்.பின் வெளியில் வெடி ஒன்றைப் போட்டாள்.

ஐந்தாம் நாள் இரவும் சென்றாள். ஊதா சேலை, சாமி கும்பிட்டாள், நேற்று கொடுத்த விபூதி பாக்கெட்டை சில்லறைக்கு பதில் உண்டியிலில் போட்டாள். பின் வெளியில் வெடி ஒன்றைப் போட்டாள்.

ஆறாம் நாள் இரவும் சென்றாள். கருப்பு சேலை, சாமி கும்பிட்டாள், நேற்று கொடுத்த விபூதி பாக்கெட்டை சில்லறைக்கு பதில் உண்டியிலில் போட்டாள்.பின் வெளியில் வெடி ஒன்றைப் போட்டாள்.

ஏழாம் நாள் இரவும் சென்றாள். கிளிபச்ச சேலை, சாமி கும்பிட்டாள், நேற்று கொடுத்த விபூதி பாக்கெட்டை சில்லறைக்கு பதில் உண்டியிலில் போட்டாள்.பின் வெளியில் வெடி ஒன்றைப் போட்டாள்.

எட்டாம் நாள் காலை 7.30 மணி அளவில் வீட்டிலிருந்த சாமான்களை காலி செய்து லோடு ஆட்டோவில் ஏற்றினாள், புருஷனையும், எட்டு வயது குழந்தையையும் முன் சீட்டில் ஏற்றினாள், சாவிய பக்கத்து வீட்டில் கொடுத்துவிட்டு ஆட்டோவை எடுத்தாள் கோவில் வரும் முன்னே நிறுத்தினாள்.

புருஷன் சட்டை ஒன்றை எடுத்துக் கொண்டு கோவிலுக்குள் சென்றாள்.

என்னமா காலைல எட்டு மணிக்கு வந்திருக்க நான் வெடி போடணுமேமா.

அத, நான் போட்டுக்குறேன் நீங்க உள்ள போங்க என்று பூசாரியை சாமி அறையின் உள்ளே தள்ளி கதவை பூட்டு போட்டாள்.

நெருப்புடன் இருந்த சூடத்தை எடுத்து உண்டியலில் போட்டால், கொஞ்சம் தள்ளி நின்னாள். உண்டியல் வெடித்தது. சில்லறை சிதறியது. சில சில்லறைகள் இரண்டாக பிளந்தன.

அந்த வழியாக சென்ற சிலர் எட்டு மணி வெடி என்று கன்னத்தில் தட்டிக் கொண்டனர்.

கட்டியிருந்த சிவப்பு சேலையை விரித்தாள் புருஷன் சட்டையை மாற்றிக் கொண்டாள். சில்லறைகளை சேலையில் அள்ளி எடுத்து கொண்டாள், மூட்டை கட்டினாள்.

மூட்டையை தூக்க முடியாமல் வண்டியில் ஏற்றினாள். முன்னே சென்று வண்டியை எடுத்தாள்.

அதென்ன மூட்ட? என்றான் பாக்யா கணவன்.

தேங்கா மூட்ட.

சரி. ஒரு வாரமா எதுக்கு விபூதி பாக்கெட்ல வெடி மருந்த போட்டுகிட்டு இருந்த.

ஆ அ. பாம் வைக்க தான்.

வெடித்தால் தான் அது வெடி மருந்து.

***

9

மைக்கேல் மதன்

என்னையா பெரியவரே எஸ்டேட் முதலாளி வந்திருக்காரு போல, நம்ம கடையில ஏதாது வாங்குறது என்றான் ஊட்டியில் பழக்கடை வைத்திருக்கும் அந்தோணி.

ஆமாண்டா வந்திருக்காரு. அதான் காய்கறி எல்லாம் வாங்கி இருக்கேன். இன்னைக்கு மதியம் என் சமையல் தான். உன் கடையில் எதுவுமே நல்லா இருக்காதே. அவருக்கு இத வாங்குனா அவ்வளவு தான் என் கத என்றார் 67 வயது ராசுக்குட்டி.

யோவ் பெருசு நீ பண்ணுற சாப்பாட்டையே சாப்பிடுறாராம். என் தோட்டத்துப் பழத்துக்கு என்னையா வந்துச்சு?..

போடா கிறுக்கு பயலே..

விடு பெரியவரே. இந்த தடவையாது போட்டோ கிடைக்குமா? என்று கேட்டான்.

டேய். நானே அவர் 3 வருஷம் கழிச்சு இப்போதான் வந்திருக்காருனு சந்தோசத்துல

இருக்கேன். நீ என் வேலைக்கு வேட்டு வச்சுருவ போல.

காய்கறிகளை வாங்கி முடித்ததும் மேனேஜர் காசி பாண்டியனுடன் காரில் ஏறி சென்றார்.

தன்னுடைய 35 ஆவது படமான கர்ஜனை கடந்த ஆண்டு 2023 இறுதியில் வெளிவந்து வெற்றி அடைந்ததை கொண்டாடி முடித்த கையுடன் தன்னுடைய அரசியல் பணிகளைத் தொடங்குவதற்காக ரசிகர் மன்றத்தின் தலைவரான கோமதி நாராயணனுடன் மதன் என்று மக்களால் கூறப்படும் மைக்கேல் மதன் ஊட்டியில் உள்ள எஸ்டேட் பங்களா விற்கு வந்திருந்தார். மதன் தமிழ் சினிமாவின் உச்சத்தில் இருக்கும் 40 வயதுடைய நடிகர்.

பழுக்கடை அந்தோணி தன் கடையின் டீவியில் செய்தியை பார்த்து கொண்டிருந்தான். தன் தலைவரின் அரசியல் வருகையைக் குறித்து மற்ற கட்சியின் தலைவர்கள் கூறிய கருத்தை பார்த்து கொண்டிருந்தான்.

தமிழ் மகன் கட்சியின் கருத்து::

அவர் சினிமால வேணும்னா ஹீரோவா இருக்கலாம்.

அரசியல்ல சீரோ தான். சீரோல இருந்து ஆரம்பிச்சார்னா, அவர் வெற்றி வாகை சூடுவார் என்றார்.

இளைஞர் அரசாங்கம் கட்சி தலைவர்:

யார் வேணுனாலும் வரட்டும் தப்பே இல்ல.

நடிக்குர மாதிரியான வேலை இல்ல அது. நிர்வாகம் பண்ணனும், அவர் சினிமால ஒரு பொறுப்ப எடுத்து பண்ணிருந்தாருனா அந்த அனுபவம் இருந்துருக்கும். ஒரு படத்த இயக்கிருந்தார்னாலாது, இல்ல ஏதாது ஒரு தலைமைய எடுத்து நடத்திருந்தாலோ தெரிஞ்சுருக்கும். அவரொரு அனுபவசாலினு கொஞ்சமாது சொல்லலாம். நடிப்ப வைச்சு அவர் ஓட்டு வாங்கலாம் நிர்வாகம் பண்ண முடியாது.

எதிர் கட்சியின் தலைவர்:

அந்த நடிகருக்கு பத்து வருஷத்துக்கு முன்னாடி இருந்த பெண் ரசிகைகள் 10 சதவீதம் இப்போ குறைஞ்சுருக்காம். இப்ப அவர் நடிச்ச படங்களாம் அந்த அளவுக்கு இல்லையாம். குடும்பம் குடும்பமா எல்லாரும் எல்லா படத்துக்கும் தான் போறாங்க. அதுக்காக ஓட்டு போடுவாங்களா? என்ன. என் பையனும் அவரோட ரசிகர் தான். அவருக்கு ஓட்டு

போடுவானா? அவனால இப்பம் எனக்கே ஓட்டு போடமுடியாது அவனோட வயசு பத்து தான் அப்புரம் எப்படி அவருக்கு ஓட்டு போடுவான். இது மாதிரி எத்தனையோ சின்ன பசங்க இருக்குராங்க. அவரோட ரசிகர் பட்டாளத்தை மட்டுமே வச்சு அவரால ஓட்டு வாங்க முடியுமே தவிர ஜெயிக்க முடியாது.

ஆளுங்கட்சி தலைவர்:

வரட்டும் வந்த பிறகு சொல்றோம்.

மக்கள்கருத்து::

நபர் 1:

நாடு நல்லா இருக்குது, வளர்ந்துகிட்டு வருதுனு ராக்கெட் விட்டவரோட மனைவி சொல்லக்கூடாது.

நாடு மாறிடுச்சு நல்லா இருக்குதுனு.

காலைல பத்து மணிக்கே wineshop ல நிக்குறான் பாருங்க அவனோட மனைவி சொல்லனும்.

நபர் 2:

அவர் வந்து இலவசமா என்ன கொடுக்கப் போறாரோ..

அரிசிய இலவசமாக கொடுத்து என்ன பயன் இலவசமாக கொடுத்த அரிசிய எத்தனை

பேர் வாங்குறாங்க அத எத்தனை பேர் வாங்கி ஹோட்டலுக்கு விக்கிறாங்க.

இங்க அதிகமா யூஸ் பண்ற பெட்ரோல் விலை கம்மி பண்ணாலே போதும் நீங்க வேற எதுவும் இலவசம் கொடுக்க வேண்டாம்.

நபர் 3

சாக்கடையில குப்பை கொட்ட கோடி பேரு நாம இருக்கும் போது, அத சுத்தம் செய்ய ஆயிரம் பேராது வர தான் செய்வாங்க...

யார் என்ன சொன்னா என்ன?. இந்த மண்ணுக்காக அரசியல் பன்னனும்னு நினைக்கிற ஒரு தலைவன் இல்லையோனு நினைச்சுகிட்டு இருந்தேன். ஆனா இவர் மன்னுக்காகவும், செடி, கொடிக்காகவும் அரசியல் பேசுராரு. இன்னைக்கு நான் நல்லா இருந்தா போதும்னு நினைக்கிற இந்த காலத்துல அடுத்த தலைமுறை நல்லா இருக்கணும் நல்லா வாழனும்னு நினைக்கிற இந்த மனுஷனுக்கு தான் என்னுடைய ஓட்டு என்று தனக்குள் கூறிக் கொண்ட அந்தோனி, இன்னைக்கு எப்படியாது அவர் கூட போட்டோ எடுத்தே ஆக வேண்டும் என்ற தீர்மானமும் எடுத்து கொண்டான்..

எஸ்டேட்டின் நுழைவு வாயிலை கடந்தது கார். இரண்டு கிலோமீட்டர் உள்ளே சென்றால்

தான் பங்களா வரும். வழி நெடுக தேயிலை செடிகள் தான்.

கார் பங்களா முன் நின்றது.

காரை விட்டு கீழே இறங்கிய ராசுகுட்டி, டீ எஸ்டேட்டில் வேலை ஆட்களுடன் வேலை ஆட்களாக வேலை பார்க்கும் மதனை பார்த்து, பிரமித்தார். நாளை இந்த மாநிலத்தை ஆளப்போகிறவன் இன்று செடியுடன் பேசிக் கொண்டும், இலைகளைப் பறித்துக் கொண்டும், வேலை ஆட்களுடன் உறவாடிக் கொண்டும் இருக்கிறான் என்பதைப் பார்த்து வியந்தார்.

மதன் அருகில் சென்று, என்ன தம்பி வந்ததும் களத்தில இறங்கிட்டீங்க என்றார்.

தொழில மறந்துரக் கூடாதுல குட்டி அண்ணே. அதா இறங்கிட்டேன்.

சரி தம்பி. பாத்து நா சமையல் ரெடி பன்னுறேன் என்று மதனை தொட்டும் தொடாமல் கூறி விட்டு கிளம்பினார்.

ரொம்ப நாள் கழிச்சு நல்ல சாப்பாடு சாப்பிட போறேன், என்று வேலை ஆட்களிடம் கூறினார் மதன்.

ராசுகுட்டி சமையலறைக்கு சென்றார்.

நன்னநன்ன நன்ன நன்ன நன்னா

வருமோ சுகம்.

தருமோ வரம்.

என்று முனு முனுத்துக் கொண்டே, பொங்கியப் பாலை இறக்கிவிட்டு, இரண்டு கப் காஃபி போட்டார்.

பின் கையில் 2 காஃபி கப்புடன் மாடிக்கு சென்று கதவை தட்டினார்.

யாரது உள்ள வாங்க என்றார் கோமதி நாராயணன்.

கோமதி நாராயணனுடன் தனியார் நிறுவனம் ஒன்றை நடத்தி வரும் அரசியல் ஆலோசகர் மற்றும் தந்திரவாதியான கிருஷ்ணமூர்த்தி உடன் இருந்தான். மூர்த்தி இந்தியாவில் உள்ள பல கட்சிகளுக்கு ஆலோசனை கொடுத்துள்ளான், அதில் வென்றவர்களே உண்டு. இந்த தடவை மதனின் கட்சிக்கு ஆலோசனை வழங்க பெரிய தொகை ஒன்றை வாங்கி உள்ளான். மதனிற்கு உடன்பாடு இல்லை கோமதி நாராயணின் முழு ஆசைக்காக இந்த மீட்டிங் நடந்து கொண்டிருக்கிறது.

ராசுகுட்டியை மூர்த்திக்கு அறிமுகப்படித்தினார், கோமதி. மூர்த்தி, இவர்தான் ராசுக்குட்டி இவர மாதிரி சமைக்க ஆளே இல்ல.

நாங்க எப்போ இங்க வந்தாலும் தம்பிய அவரோட பையன் மாதிரி பாத்துக்குவார். தம்பியோட ஆரம்ப காலத்துல இருந்தே அவர் கூட இருக்கிறார், அவரோட நம்பிக்கையானவங்கள என்ன மாதிரி இவரும் ஒருத்தர்.

ஓஹ்.. சூப்பர் சார், என்றான் மூர்த்தி.

கோமதி நாராயணனும் பெருமை கொண்டார்.

தம்பி, மதியம் பிரியாணி, கறிக்குலம்பு, வெள்ள சாதம், சாம்பார், ரசம், தயிர் இருக்கு வேற ஏதும் ஸ்பெஷலா ஏதும் பண்ணனுமா??

அன்ணே நீங்க எது பண்ணாலும் ஸ்பெஷல் தான்.

ரொம்ப நல்லதுளென்று கூறிக்கொண்டே ராசுக்குட்டி வெளியே கிளம்பினார்.

சார் மக்கள் மதன் சார் வரணும்னு ஆசைப்படுறாங்க, அது உண்மை தான். ஆனா அந்த மக்கள் பரவலா இருக்குறாங்க. 10 தொகுதில ஜெயிக்குறதுக்கு வாய்ப்பு இருக்கு, இப்ப உள்ள நிலவரப்படி.

இன்னும் கொஞ்சம் இறங்கி வேல செஞ்சோம்னா நம்ம 20 சீட்ட ஜெயிச்சடலாம் சார்.

என்னையா சொல்ற?? CM ஆக முடியாதா? என்றார் கோமதி.

முடியாது சார்.

என்ன?

இருக்குற மத்த கட்சி எல்லாத்தையும் ஒன்னு சேர்த்து சாரோட தலைமைல நின்னா எதிர்கட்சியா வேணா மாறிடலாம், சார்.

நாங்க, தனியா நம்ம பலத்த காமிக்கணும்யா.

அப்படினா இந்த தடவ வேண்டாம் சார், அடுத்ததடவ கண்டிப்பா நிக்கலாம் சார், என்றான் மூர்த்தி.

அதுக்கு என்ன வழினு கேட்க தான்யா உன்ன வர சொல்லியிருக்கோம், என்றார் கோமதிநாராயணன்.

சார் நீங்க கொடுக்க போற காசுக்காக நான் சொல்லல இதான் உண்மை. உண்மை எதுவோ அதைத்தான் நான் சொல்றேன். நான் இவ்வளவு நேரம் அனலைஸ் பண்ணதுக்கு ஒரு காசு. இதுக்கு அப்புறம் நீங்க எப்படி எல்லாம் பண்ணா ஜெயிக்கலாம்னு நான் சொல்றதுக்கு ஒரு காசு. நீங்க ஜெயிச்சதுக்கப்புறம் ஒரு காசு எனக்கு தரணும்னு சொல்லி தான் அக்ரீமன்ட் போடுவேன் எங்க போனாலும். இதுல நான் இதுவரை அனலைஸ் பண்ணதுக்கு மட்டும் தான் சார் காசு

வாங்க முடியும். உங்களை ஜெயிக்க வைக்க முடியாது.

இந்த எலெக்கூஷன்ல ஒரு சீட்ல இறங்கி வேல செஞ்சு நம்ம பலத்த காமிச்சு.

அடுத்த எலெக்கூஷன் ல 50 சீட்ட ஜெயிச்சு.

அதுக்கடுத்த எலெக்கூஷன் ல 234 சீட்ட ஜெயிச்சுடலாம் சார்.

என்றான் மூர்த்தி.

மீட்டிங் முடிந்தது.

மதிய உணவு பரிமாறப்பட்டது. மூர்த்திக்கும், கோமதிநாராயணனுக்கும் பங்களாவிலே உணவு பரிமாரப்பப்ப்ட்டது.

எஸ்டேட் தொழிலாளர்களுக்கு என்று கட்டி விடப்பட்ட வீடுகளுடன் உணவு விடுதி ஒன்று இருந்தது அங்கேயே மதனுக்கும் எஸ்டேட் தொழிலாளர்களுக்கும் உணவு பரிமாறப்பட்டது.

கோமதி நாராயணன் ஓய்வு எடுக்க சென்று விட்டார். முடிந்ததும் வந்த வேலை முடிந்தது கிளம்புறேன் என்று விடைபெற்றான், மூர்த்தி.

பழுக்கடை அந்தோனி, எஸ்டேட் தொழிலாளர்கள், மதனின் ரசிகர்கள் ஒவ்வொருவரும், கர்ஜனை படத்தில் வேலை

பார்த்த கலைஞர்களும் தங்கள் வீட்டில் டீவியை ஆன் செய்தார்கள்.

தனியார் தொலைக்காட்சி ஒன்றில் கர்ஜனை படத்தின் வெற்றிவிழா நிகழ்ச்சி ஒளிபரப்பப்பட்டது.

அரங்கம் நிறைந்திருந்தது.

நிகழ்ச்சி தொகுப்பாளர் பேச தொடங்கினார்.

ஒரு மனிதன் தன் ஏழ்மையை கீழே தள்ள எத்தனை படிகள் ஏற வேண்டுமோ அத்தனை படிகளையும் ஏறியுள்ளார்.

தன் சினிமா பயனத்தை ஒரு ஜூனியர் ஆர்டிஸ்ட் மூலம் ஆரம்பித்தவர். இன்று தவிர்க்க முடியாத சீனியர் ஆர்டிஸ்ட் ஆக மாறியுள்ளார்.

அவர் பிடித்த இடம் சாதாரணமானது இல்லை.

அது போலதான் அவர் கடந்து வந்த பாதைகளும்.

சரித்திரம் உன் சதைகளில் உறுத்தனும் தோழா....

நினைத்ததை நடத்திடவே முயன்றிடு தோழா....

கஷ்டங்கள் யாவும்காலில் மிதித்திடு தோழா....

சோகங்கள் பல கடந்து இன்பத்தை அடைந்திடு தோழா....

சுகங்களை அனுபவிக்க சுமைகளை சுமந்திடு தோழா....

என்று அவர் படத்தில் அவருக்காக அவரின் மறைந்த நண்பர் முரளி எழுதிய வசனங்களுக்கு ஏற்ப தன் வாழ்க்கையை கடந்துள்ளார் மதன்.

மதன் மேடை ஏறினார்.

அரங்கமே எழுந்து நின்று கை தட்டியது.

மைக் மதனின் கைகளுக்கு சென்றது.

கர்ஜனை படத்தில் வேலை பார்த்த அத்தனை நடிகர்களுக்கும், கலைஞர்களுக்கும் நன்றி தெரிவுத்து மேடையை விட்டு கீழே இறங்க தயாரானார்.

அப்பொது தொகுப்பாளர் குறிக்கிட்டு.

சார் ஒரு நிமிஷம். 3 கேள்வி மட்டும் உங்ககிட்ட கேக்கனும், சார்.

கேளுங்க.

1. எல்லாருக்குமே அவங்களோட முதல் வேலையை மறக்க முடியாது. அது மாதிரி நீங்க சினிமால பார்த்த முதல் வேலை எது சார்.?

   என்னோட சின்ன வயசுல எங்க அப்பா கூட சேர்ந்து ராம்கி சார் நடிச்ச கருப்பு ரோஜா படத்துக்கு போஸ்டர் ஒட்டுனது தான் என்னோட முதல் சினிமா வேலை.

2. நீங்க இந்த இடத்துக்கு வந்ததால தான் அந்த இடத்துக்கு வரணும்னு ஆசைப்படுறீங்களான்னு

ஒரு கேள்வி எல்லாரிடமும் சுத்திகிட்டே இருக்குது. இல்லைனா இதுக்கு முன்னாடியே நினைச்சிருந்தீங்களா சார்.?

நான் அந்த இடத்துக்கு போகணும்னு தான் இந்த இடத்துக்கு வந்தேன். அத நான் என் சின்ன வயசுலயே முடிவு பண்ணிட்டேன் எப்போ கோயிலுக்கு போய் மொட்ட போட காசு இல்லாம நாங்க கஷ்டப்பட்டோமோ அப்பவே முடிவு பண்ணிட்டேன். இனி அந்த கஷ்டம் படக்கூடாதுனு தான் சினிமா வந்தேன். அதே கஷ்டம் பொதுமக்கள் படக்கூடாதுனு தான் அரசியலுக்கு வாரேன்.

3. அரசியல் பார்வையில ஒரு கேள்வி கேட்கணும்னா என்ன கேள்வி கேக்கனும் சார்?

இது சென்னைக்கு மட்டுமான கேள்வியில்ல பொதுவான கேள்விதான். சென்னையில ஒரு வெள்ளம் வந்தா இருக்கிற எல்லா தொகுதி எம்எல்ஏவும் சென்னை வந்து இறங்கி வேலை செய்யணும் ஏன்னா இங்க சென்னையில் வாழ்றவங்க எல்லாருமே சென்னைக்காரங்க இல்ல திருநெல்வேலிக்காரங்க இருக்காங்க, மதுரைக்காரங்க இருக்காங்க, திருச்சிக்காரங்க இருக்காங்க, சேலத்துக்காரங்க இருக்காங்க, தூத்துக்குடிகாரங்க இருக்காங்க,

நாகர்கோவில்காரங்க இருக்காங்க, கன்னியாகுமரிக்காரங்க இருக்காங்க, அவங்க ஒவ்வொருத்தரும் ஓட்டு போட அவங்கவங்க தொகுதிக்கு வரத்தான் செய்கிறார்கள்.

ஒரு பெரிய வெள்ளமோ இல்ல ஒரு பெரிய பிரச்சனையோ சென்னையில வரும் போது அத்தனை எம்.எல்.ஏ வும் வந்து வேலை செய்யலனா.

அவங்க எல்லாரும் தொகுதிக்கான எம்.எல். ஏக்கள் தானே தவிர,

அந்தந்த தொகுதி மக்களுக்கான எம்.எல். ஏக்கள் இல்லை

அது மாறனும். நாங்க மாத்துவோம்.

அரங்கமே அதிர கை தட்டல் சத்தம் கேட்டது.

நிகழ்ச்சி முடிந்தது.

மாலை பங்களாவின் மொட்டை மாடியில் நின்று கொண்டு தன்னுடைய எஸ்டேட்டை பார்த்துக் கொண்டிருந்தான், மதன்.

தம்பி என்று ராசுக்குட்டி காஃபியுடன் வந்தார்.

என்ன தம்பி மதியம் தூங்கலையா? என்று கேட்டார்.

ம்ம்ம்..ஆமா. குட்டினே.

என்ன தம்பி ஒரே யோசனையா இருக்ககுரிங்க, போல? மதியத்துல இருந்தே உங்க முகம் சரி இல்லையே.

ஒன்னும் இல்லனே. தைரியமா அரசியல்ல இறங்கணும்னு முடிவு பண்ணிட்டேன். என்னோட ரசிகர் மட்டும் என்னை ஏத்துக்கிட்டா போதாது எல்லா தரப்பு மக்களும் என்னை ஏத்துக்கணுமே அப்ப தான் நான் ஜெயிக்க முடியும் இது ஆரம்பம் தான் இருந்தாலும் ஆனா ஜெயிச்சாகணுமே.

தம்பி வெள்ள வேஷ்டி வெள்ள சட்ட போட்டவன் தா அரசியல்வாதினு ஏத்துக்கிட்டு இருந்த எங்க காலம் போய்....

கலர் சட்ட கலர் பேண்ட் போட்டவனையும் அரசியல்வாதியா மக்கள் இப்ப ஏத்துக்கிட்டு வர காலம் தம்பி இது.

ஆனா ஒன்னு மட்டும் மாறல அவங்கல நேர்ல போய் பாக்குறது.

தம்பி, சினிமால ஜெய்க்கணும்னா மக்கள் அவங்க காச செலவழிச்சு தியேட்டர்ல உங்களபாக்க வரணும்.

அரசியல்ல ஜெயிக்கணும்னா நீங்க காச செலவழிச்சு மக்கள போய் பாக்கணும்.

அவ்ளோதான் தம்பி சினிமாக்கும், அரசியலுக்கும் உள்ள வித்தியாசம்.

சினிமா ஒரு கடல் அரசியல் ஒரு சாக்கடைனு ஏன் சொல்றாங்கனு தெரியுமா தம்பி.

சினிமா சென்னைல மட்டுமே சங்கமிக்கிற கடல்

சாக்கடை தான்

ஊருக்கு ஊர் இருக்கும்,

தெருக்கு தெரு இருக்கும்,

முக்குக்கு முக்கு இருக்கும்.

ஒவ்வொரு வீட்டு வாசலையும் இருக்கும், அந்த சாக்கடை இல்லன்னா அவங்க வீடு நாறிடும், தம்பி.

கடல்ல விழுந்து முத்தெடுத்த உங்களுக்கு சாக்கடைய சுத்தம் செய்றது ஒன்னும் பெரிய வேலை இல்ல தம்பி தைரியமா இறங்குங்க தம்பி நாங்க இருக்கோம்.

தம்பி உங்க நல்ல மனசுக்கு நல்லதே நடக்கும். நீங்க எதும் யோசிக்க வேண்டாம் தம்பி.

அப்புறம் தம்பி ஒரு விஷயம் உங்ககிட்ட கேக்கணும் என்று வாயை துறந்தவர், கோமதிநாராயணன் வந்ததும், வாங்க தம்பி நல்லா

ரெஸ்ட் எடுத்துட்டீங்க போல, இருங்க காபி எடுத்துட்டு வாறேன் என்று ராசுகுட்டி கிளம்பினார்.

வாங்கனே என்ன சொல்றாரு உங்க உளவுத்துறை.??

அது ஒன்னும் இல்ல தம்பி. இப்பம் அரசியல்ல இரங்குனா, நம்ம நினைக்கிற வெற்றிய தொட முடியாதுனு சொல்றாங்க.

அண்ணே வெற்றி வேணா தாமதமா கிடைக்கட்டும்

முயற்சிய தாமதிக்க வேண்டாம்.

அப்புறம் நா எந்தத் தொகுதியில நிக்கிறதுனும் முடிவு பண்ணிட்டேன்.

எந்த தொகுதி தம்பி?

கோவில்பட்டியில நிக்கலாம்னு இருக்கிறேன்னே.

என்ன தம்பி சொல்றீங்க. கோவில்பட்டியா.?

ஆமானே, எங்கம்மாவோட ஊர் அது. அதான்.

தம்பி அந்த தொகுதி வேண்டாமே. கோவில்பட்டில ரகுபதி யார கை காமிச்சு நிப்பாட்டுறானோ, அவன் தான் MLA. அதுவும் இல்லாம இந்த தடவ ரகுபதியே தேர்தல்ல நிக்குறதா ஒரு பேச்சு. நாம வேற இடத்துல நிக்கலாமா தம்பி.

அதுவரை எஸ்டேட்டையே பார்த்து கொண்டிருந்த மதன். தன் வலது பக்கம் உடலோடு கழுத்தையும் திருப்பி, நேருக்கு நேராக இருவர் முகமும் பார்த்துக் கொண்டிருந்தன எதிரே நின்ற கோமதி நாராயணனுக்கு மதன் பார்த்த பார்வையில், ராஜா மதனாக மாறிய தருணம், இளம் வயதில் அவனின் தந்தை முனியசாமி, தாய் காமாட்சியும் மருத்தவமனை செலவுக்கு காசில்லாமல் அவர்கள் இறந்து காட்சியாக வந்து சென்றது..அண்ணே என்று ஆரம்பித்த மதன்,

என் கால்கள் அந்த தொகுதில தான் நடக்கனும்.

என் கைகள் அந்த தொகுதில தான் ஓங்கனும்.

என் வார்த்தைகள் அந்த தொகுதில தான் கேக்கனும்.

அண்ணே அங்க தான் நா நிக்க போறேன். முடிவு பண்ணிட்டேன். என்ன ஆனாலும் பரவாயில்ல, யார் நின்னாலும் பரவா இல்ல, அங்க தான் நிக்கணும், அங்க தான் ஜெயிக்கணும், என்றான்.

சரி தம்பி நான் பாத்துக்குறேன் என்றார் கோமதி.

ராசுகுட்டி கோமதி க்கு டீ கொடுத்து விட்டு.

மதனிடம், தம்பி என்று தயக்கத்துடன், நம்ம ஊர்ல பழக்கடை வச்சுருக்குற ஒரு பையன் ரொம்ப வருஷமா உங்ககிட்ட போட்டோ எடுக்கணும்னு கேட்டுகிட்டே இருக்கிறான். நானும் முடியாதுனு ரொம்ப நாளா சொன்னேன். இன்னைக்கு மட்டும் பத்து தடவை போன் பண்ணிட்டான், உங்களுக்கு சரினா இன்னைக்கு வர சொல்லட்டுமா தம்பி என்று அமைதியான குரலில் கேட்டார், ராசுக்குட்டி.

அப்படியா கடை எங்க இருக்குது?

மார்க்கெட் பக்கத்துல தம்பி.

இங்க வர சொல்லாதீங்க.

அப்ப எங்க வர சொல்லட்டும்? தம்பி.

நாமளே அவனோட கடைக்கு போவோம்.

தம்பி நீங்க எதுக்கு தம்பி அங்க. அந்த பயல இங்க வர சொல்லுறேன்.

குட்டியண்ணே இப்போ நாம இறங்கி போகலானா, எப்பவுமே நாம ஏறமுடியாது, வாங்க போகலாம்.

என்று கூறி கிளம்பினார்கள் காரில்.

மறுநாள் செய்திகளில்:

மதன் அரசியலுக்கு வருவது உறுதி, மேலும் வருகின்ற திங்கள் கிழமை தன் கட்சியின்

பெயரை அறிவிப்பார் என்று ஊட்டியில் பழக்கடை அந்தோனியுடன் எடுத்த புகைபடத்தை வெளியிட்டிருந்தனர்.

ரசிகன் தொண்டனாக மாறாமல் ரசிகனாகவே இருந்தான் என்றால், நடிகன் தலைவன் ஆக முடியாது.